PHẬT VIỆT

'HƯ KHÔNG HỮU TẬN
NGÃ NGUYỆN VÔ CÙNG'

PHẬT VIỆT
Tập San Văn Hóa Phật Giáo Việt Nam
Số 5, PL 2569

Góp Bút Trong Số Này:
Thích Nguyên Siêu | Thích Bổn Đạt | Thích Từ Lực | Tâm Nhãn | Thích Nữ Khánh Năng (Hạnh Thân) | Nhã Ca | Thy An | Nguyên Bảo | Nguyên Thọ | Nguyên Giác | Nguyên Minh | Tâm Quang | Tâm Huy | Thị Nghĩa | Nguyên Không | Lôi Am | Thiên Nhạn | Uyên Nguyên | Huệ Đan | Trí Nhân | Phổ Ái | Quảng Pháp

Phát hành tại Hoa Kỳ, 2021.
ISBN: 979-8-2954-5635-0

MỤC LỤC

TRƯỞNG LÃO HÒA THƯỢNG THÍCH TUỆ SỸ (1945-2023)
Ảnh: Hạnh Viên

Lời Ngỏ

Giây phút tử sinh đối với một bậc hành giả, không phải là điểm kết thúc mà là nơi tâm nguyện mở ra chiều sâu không còn đo đếm được. Trong khoảnh khắc thu thần thị tịch, Thầy không nói về sự chết, cũng không nói thêm về lẽ vô thường, bởi vô thường đã thấm biến qua từng hơi thở của cuộc đời Thầy như dòng chảy tự nhiên của trí tuệ và lòng từ. Thầy chỉ thâm trầm nhắc nhở: *"Hư không hữu tận - Ngã nguyện vô cùng."** Lời ấy không phải để tiếc thương, mà để truyền trao. Không phải là câu thi kệ mà là di nguyện, cùng lúc là di chúc. Không phải nói cho riêng mình mà là mở ra con đường cho những đôi chân hậu học bước tới.

Hư không có thể tận cùng - là khi mọi giới hạn của thân, của thời gian, của lịch sử đều khép lại - nhưng chính nơi ấy, tâm nguyện của bậc hành đạo khởi lên như một ngọn đèn không tắt giữa bóng tối nhân sinh. Bấy giờ *"Ngã nguyện vô cùng"* không riêng là lời thệ của một người, mà là tiếng vọng của cả một dòng tâm linh Việt Nam đang tìm một nền tảng văn hóa để đi vào tương lai nhưng không đánh mất chính mình. Hàng hậu học hôm nay nếu chỉ dừng lại ở sự

---

*"Hư không hữu tận – ngã nguyện vô cùng" (虛空有盡，我願無窮) là câu thường xuất hiện trong các **văn phát nguyện và hồi hướng** thuộc nghi thức tụng niệm Phật giáo Bắc tông Việt Nam (trong *sám văn, nguyện văn*). Câu này phổ biến trong các nghi thức như *Sám Quy Mạng*, *Sám Thập Phương*, *Văn Phát Nguyện* cuối thời kinh (*Kinh Nhật Tụng* trước 1975), thường được tụng sau phần hồi hướng công đức. Ý nghĩa xác lập rằng: **dẫu hư không – biểu tượng cho vô biên giới hạn – có thể cùng tận, thì tâm nguyện độ sinh của hành giả vẫn vô cùng vô tận**, nhấn mạnh tinh thần **Bồ-đề nguyện** bất khả tư nghì.

cảm động, thì đã phụ nguyện rồi. Nên chỉ khi nào chúng ta bước tới bằng trí tuệ, hành động bằng từ bi, giữ gìn khí tiết như xương cốt đạo lý, thì lúc ấy lời thệ của Thầy mới được tiếp nối. Vì nguyện ấy một khi phát khởi từ trái tim vô trụ, sẽ không còn mang danh xưng của riêng ai mà trở thành con đường chung của những người còn biết cúi đầu kính ngưỡng trước một bậc Thầy.

Và cũng chính nơi đây, trong niềm tưởng kính không phải của người tiễn đưa, mà của người nhận lãnh, chúng con xin được lập thành tâm nguyện:

Dẫu hư không rồi sẽ đến ngày tận cùng, chúng con nguyện không để tâm nguyện ấy vơi cạn. Dẫu thời cuộc biến thiên, chúng con nguyện không đánh mất niềm tin trí tuệ và lòng từ bi - khi song hành - có thể trở thành sức mạnh văn hóa dẫn dắt dân tộc. Dẫu một mai dòng sử mệnh này chỉ còn vang lên thầm lặng giữa đêm tối, chúng con vẫn xin nguyện giữ lấy ánh đèn mà Thầy đã trao, bước qua mọi giới hạn của khổ đau để tiếp tục hành trình tỉnh thức giữa nhân gian. Không phải để xưng tán một nhân cách đã đi xa, mà để khẳng định rằng Thầy vẫn đang hiện diện trong từng hơi thở của chúng con vì còn biết sống cho lý tưởng cao đẹp ấy.

Nam mô Bổn Sư Thích Ca Mâu Ni Phật thị chứng - không cho lời khấn cầu mà cho chí nguyện của hàng hậu học đang đứng trước di sản của Thầy chúng con với lòng kính trọng và quyết tâm sâu xa.

Xin cho nguyện lực của Thầy trở thành hành động của chúng con. Xin cho cuộc đời Thầy không những được nhớ, mà được tiếp tục đi bằng chính đôi chân của chúng con trên con đường "vô cùng" đó.

Nam mô Giác Linh Trưởng Lão Hòa Thượng Thích Tuệ Sỹ - xin nguyện lực của Thầy từ bi gia hộ và làm nơi soi sáng cho hậu học trên con đường tiếp tục hành đạo.

Phật lịch 2569 - Long Sơn, ngày 24 tháng 11 năm 2025

Nguyên Siêu

Vô Tận Nguyện Giữa Bờ Hư Không

THÍCH BỔN ĐẠT

Trong khoảnh khắc tối hậu của một đời người - giây phút mà mọi quy ước của ý thức dường như rơi rụng tựa lớp sương mỏng cuối cùng trên cánh lá trước bình minh - "*Hư không hữu tận - ngã nguyện vô cùng*" vọng lên từ sâu thẳm tâm thức, nơi tư duy đã chạm đến bờ tuyệt đối và ngôn ngữ chỉ còn là chiếc cầu mong manh nối giữa hữu hạn và vô biên.

Có thể, ở đời này, không có gì mênh mông hơn hư không. Và cũng không có gì dường như bất động hơn cái tận cùng của nó - nơi mọi hình tướng tan biến vào thinh lặng. Nhưng người đã thốt ra câu ấy, đã lướt qua khoảnh lặng im. Khi nhìn thấy cái *tận* của hư không, Người không tìm điểm dừng, mà chọn chính nơi tàn tận ấy để phát khởi một lời nguyện *vô cùng*. Giống như khi nhận ra bờ bên kia tuyệt đối của mọi tồn tại, hành giả không quay lại để khép vòng tròn hiện hữu, mà mở ra một chiều sâu mới - không còn dựa trên kiến văn hay tri giải, mà bằng chính hoài vọng của một tâm nguyện tự thân đã vượt lên mọi đối đãi.

"*Hư không hữu tận*" - không nhằm diễn tả một biên giới của không gian, cũng không phải một mệnh đề triết học về giới hạn của vũ trụ. Nó là sự nhìn thấy tận cùng của mọi cấu trúc hình nhi thượng. Khi mọi khái niệm về vô hạn không còn sức hấp dẫn, khi mọi lý biện về hữu thể đã tự tan trong ánh nhìn rốt ráo, thì chính hư không - vốn là biểu tượng cho vô tướng - cũng hiện ra với một đường biên mong manh. Bởi hư không vẫn thuộc phạm vi của tri nhận, còn cái đang hướng về phải vượt ngoài cả tri nhận.

"*Ngã nguyện vô cùng*" - không phải là lời khẳng định cá nhân, vì chữ "ngã" ở đây không phải tự ngã đang tồn tại, mà là cái dư âm của chủ thể đang tự rã để trở thành nguyện lực. Đó là cái "ngã" cuối cùng tự hiến mình cho hành trình tiếp tục, như con sóng chấp nhận vỡ tan để trở về đại dương. Lời nguyện ấy, cùng lúc, là cúi đầu và vượt thoát. Là nhận lấy vô hạn của trách nhiệm giữa đời, không phải như gánh nặng, mà như một nhịp thở còn tiếp tục thay cho những người đã bước dở đường. Và cũng là cởi bỏ mọi ràng buộc, bởi chỉ khi không còn ai để mang trên vai, mới có thể mang trọn tất cả.

Nếu hư không đã có bờ, thì lời nguyện là bước chân đặt nhẹ lên bờ ấy, rồi đi tiếp. Không phải để vượt qua, mà để nhận thức rằng vượt qua hay không vượt qua đều chẳng còn nghĩa. Có thể, ở chỗ tận cùng ấy, điều được gọi là "vô cùng" không còn là một không gian mở rộng, mà là một chiều sâu co lại đến mức tuyệt đối - nơi một hạt bụi có thể mang trọn vũ trụ, và một lời nhắc nhở cuối cùng mang đủ trọng lượng của một đời trải qua phong sương.

Trong tư thái ấy, giây phút thị tịch không còn là điểm dừng mà là sự trở về. Không trở về một nơi chốn nào, mà trở về với chính cái khả năng tiếp nối - bằng nguyện lực. Khi Người ra đi trong "*ngã nguyện vô cùng*," đó không phải là một tuyên ngôn mà là sự ký thác thầm lặng. Ký thác cho thế hệ sau một thứ không thể đặt xuống: trách nhiệm với sự sống, với đạo, với con người, với những điều vẫn còn dang dở. Một sự ký thác không bằng chỉ thị, mà bằng chính chiều sâu của tâm thức.

Và cũng có thể hiểu rằng khi hư không đã đến tận cùng, thì lòng từ bi chính là con đường duy nhất để tiếp tục. Lời nguyện vô cùng không thuộc lĩnh vực triết học hay thần học; nó thuộc lĩnh vực của hành động siêu hình, hành động của người đã buông xuống mọi hành động.

Có lẽ, điều đẹp nhất ở lời nhắc nhở ấy không phải là tính uyên áo hay sự mênh mông của nó, mà là sự giản dị đến tuyệt đối, *thấy hết rồi, và vẫn nguyện đi tiếp.*

Chừng ấy đủ để cảm nhận rằng, một bậc Thầy, khi nói điều cuối cùng, không nói về cái đã đạt, mà nói về con đường còn lại.

Và trong thinh lặng sau lời nhắn nhủ ấy - khoảng thinh lặng kéo dài hơn mọi âm thanh - chúng ta nghe vang lên lời mời gọi tha thiết: *Tiếp nối...*

Phật lịch 2569 - Phổ Đà Sơn, tháng 11 năm Ất Tỵ

Thích Bổn Đạt

Tản Mạn Thi Ca - Một Thời Tuệ Sỹ

TƯỞNG NIỆM LỄ ĐẠI TƯỜNG
TRƯỞNG LÃO HÒA THƯỢNG THÍCH NGUYÊN CHỨNG
- HIỆU TUỆ SỸ

THÍCH NGUYÊN SIÊU

Ngày 29-30 tháng 11 năm 2025
tại Tu Viện Đại Bi, Garden Grove, CA

Nam Mô Bổn Sư Thích Ca Mâu Ni Phật
Kính bạch chư Tôn đức Tăng, Ni,
Kính thưa quý Phật tử,

MỘT: PHƯƠNG TIỆN VÀO ĐỜI ĐỂ GIEO HẠT GIỐNG CHỨNG TRI

Nói đến thi ca "một thời" của Thầy thì khả năng nào để nói, chữ nghĩa nào để diễn đạt, và tư tưởng - tình cảm nào để thấu ý thơ. Thôi thì mình nói bằng tấm lòng chân thành, bằng chút ân tình quý kính mà Thầy trò một thời học tập, làm việc bên nhau. Do vậy, xin đừng bông đùa chữ nghĩa mà thất lễ.

Tản mạn thi ca, người viết muốn nói đến vài ý thơ của Thầy đã rơi rớt đâu đó, ẩn núp dưới rặng chân mây, bên bờ vực thẳm, hay như là ủ mình nơi "không xứ" vượt thoát tử sinh của bậc Đại sĩ, mà hòa quyện với đời một thứ tình cảm thâm trầm, da diết của thi nhân.

Trong bài "Kính viếng Giác linh Đại Tỷ Thích Nữ Trí Hải", hai câu cuối cùng Thầy viết:

"Heo hút bờ hoang ảnh giả,
Người sống mỏi mòn, trong nhớ tiếc không khuây."

Thầy gieo từng hình ảnh: "heo hút", rồi "bờ hoang", và cuối cùng "ảnh giả", làm người đọc choáng ngợp, chập choạng trước những hình ảnh đau thương, lẻ loi của cuộc đời. Đó là những hình dung từ của sự vật, của tiền trần - đối tượng của nhãn căn - phát sinh ra nhận thức.

Còn cảm thọ của tâm thì sao? "Người sống mỏi mòn" và "trong nhớ tiếc không khuây." Người sống một cách lây lất, mỏi mòn, không thiết tha, mất hết năng lượng, chất liệu trưởng thành, mà như là liêu riêu, lụi tàn, tắt lịm... Ở nơi đâu? Trong tâm trạng nào? Trong tâm trạng "nhớ tiếc không khuây."

Thầy đã lột trần cái cảm thọ của con người trong thế gian này: ấy là nỗi khổ, cái nỗi khổ muôn đời, cái nỗi khổ mãi mãi của những ai còn tham dục, còn khát ái trói buộc. Thầy đã đại diện cho tiếng nói thế nhân trong phạm trù thế tục đế - trong thân phận con người: sinh, lão, bệnh, tử; hay tiến trình sự vật: thành, trụ, hoại, không.

Đừng vội bi quan, dù rằng đó là hai câu kết. Chúng ta hãy chậm rãi trở lại bốn câu đầu.

Tại sao phải chậm rãi trở lại bốn câu đầu?

Trở lại để thấy một trời huy hoàng tinh thần tu chứng của bậc Đại sĩ - an nhiên, tự tại, vượt thoát của thế giới Chơn đế, xuất thế gian:

"Cánh chim đã vượt qua vũng lầy sinh tử,
Bóng nắng rọi lên dòng huyễn hóa.
Thân theo tro tàn bay,
Hoa trắng vỗ trên đại dương sóng cả."

Chúng ta để tâm thanh thản, tâm thảnh thơi, tâm tỉnh thức, để thấy và nghe những âm ba đồng vọng, miên man chưa bao giờ dứt, chưa bao giờ vắng mặt trong cuộc đời này.

Như chư Phật, Bồ Tát vì chúng sinh mà thị hiện vào đời ngũ trược để hóa độ. Dù cuộc đời có đau thương cỡ nào, dù chúng sinh có cang cường ra sao, thì chư Phật, Bồ Tát vẫn luôn cận kề để hóa độ, trăm kiếp ngàn đời không bỏ chúng sinh.

Đây là thời điểm mà lòng của mình bình an, lắng nghe:
"Cánh chim đã vượt qua vũng lầy sinh tử."

Chim là loài vật có đôi cánh, di chuyển trong không gian, lướt bay trong không khí. Thầy đã mượn hình ảnh "cánh chim" và "vũng lầy sinh tử" để nói lên tinh thần tu chứng của Giác linh Đại Tỷ.

Bậc Xuất trần Thánh giả ở đâu cũng là nhà, không phải vì vũng bùn lầy sinh tử mà không làm hạnh Bồ Tát. Vũng lầy sinh tử là vũng lầy sinh tử, còn cánh chim đã vượt qua là cánh chim đã vượt qua. Không phải vì đời khổ đau nghiệt ngã mà Giác linh Đại Tỷ không hòa quang đồng trần, thõng tay vào chợ để hóa độ chúng sinh.

Rồi sao nữa:
"Bóng nắng rọi lên dòng huyễn hóa,
Thân theo tro tàn bay."

Dù là dòng huyễn hóa vô thường, bất thường hay chơn thường, phi thường - tâm Bồ Tát không phân biệt. Vì không phân biệt nên "bóng nắng rọi". Bóng nắng là tự thể chân như, là tánh giác tu trì: bất cấu, bất tịnh, bất tăng, bất giảm - luôn hiện hữu, bất động.

Thầy viết hai câu điếu:
"Bóng nắng rọi lên dòng huyễn hóa,
Thân theo tro tàn bay."

Chúng ta có thể hiểu: Giác linh Đại Tỷ làm Phật sự trong thế gian mà không hệ lụy bởi thế gian; tự tại và tùy thuận theo thế gian để hiện thành sinh diệt. Nhưng "sanh nhi bất sanh, diệt nhi phi diệt."

Và để từ đó:
"Hoa trắng vỗ trên đại dương sóng cả"

- là trò đùa của thế nhân, của hàng hữu học, của cái gọi là "bậc thánh của thế gian".

Giác linh Đại Tỷ: *"Đến rồi đi nước lững vơi đầy."*

Định luật tự nhiên theo tinh thần tu chứng: cái gì có sinh thì cái ấy có diệt. Diệt rồi sinh, sinh rồi diệt, trồi lên rồi hụp xuống - có chi đâu.

Do vậy mà cứ mỗi lần tiến cúng Giác linh, chúng ta nghe bài kệ thán:

"Vô thường thị thường,
Thế Tôn thượng Song Lâm diệt độ.
Diệt nhi phi diệt,
Đạt Mạ tằng chích lý Tây quy.
Sanh tử khứ lai,
Tử tùng hà khứ?"

Sống là từ đâu mà đến? Chết rồi thì đi về đâu?

Thầy đã chứng ngộ con đường dẫn vào Tuệ giác, nên viết thành đôi dòng điếu văn gởi lại cho người.

HAI: DUYÊN NGHIỆP CỦA KIẾP NGƯỜI PHÙ DU

"Thâm dạ phong phiêu nghiệp ảnh tùy,
Hiện tiền vi liễu lạc hoa phi."

Có lẽ một đêm sâu nào đó, một hình hài đang đối diện một hình hài bên chồng sách cũ trong thư phòng, bên cửa sổ bên kia đồi sao mọc, bên cánh rừng hoang, trên đồi trăng soi mờ mờ tỏ tỏ - hay một phương trời viễn mộng, một bước hài phiêu bồng nhân thế.

Thầy đã hạ bút viết: "*Thâm dạ phong phiêu nghiệp ảnh tùy.*"

Trong không gian của đêm dài, đêm sâu, đêm tĩnh lặng, hay tận cùng của tâm thức mà thấy được những cơn gió nghiệp chờn vờn, trêu ngươi, trên thân phận làm người. Nghĩa là bóng đen - nghĩa nào cũng là nghiệp.

Vì nghiệp là tạo tác: tạo tác của thân, của miệng, của ý. Chính vì vậy mà nghiệp là tài sản của mỗi người. "Phong phiêu" - gió thổi; gió thổi cái ảnh nghiệp chỉ là cái bóng, cái hình, cái lơ mơ, cái ẩn, cái hiện - vậy mà nó làm cho con người thất điên bát đảo, luân hồi trong ba cõi, xuống lên trong sáu đường.

"Ái hà thiên xích lãng,
Khổ hải vạn trùng ba.
Dục thoát luân hồi khổ,
Tạo cấp niệm Di Đà."

Bậc Đại trí nêu lên cái nghiệp, tu tập cái nghiệp, chứng đắc cái nghiệp vô lậu mà đắc thánh quả vị tối thượng.

Còn cái nghiệp của thế gian, quý Ngài tùy thuận, mặc cho "liễu lạc hoa phi", không can cớ chi đến gót hài vô tung. Sống trong trần đời mà không để cho đời chi phối. Đi bằng đôi chân không mà chẳng dính bụi đường.

Nhưng tiếc thay đến đây thì ý thơ tắt lịm, nên sáng hôm sau Thầy gặp Bùi Giáng và nhờ làm tiếp dùm:

"Phiêu bồng tâm sự tân toan lệ,
Trí Hải đa tàm, trúc loạn ty."

Bùi Giáng đối với Thầy rất thân tình, giống như Đức Sơn. Bùi Giáng sống lang thang trong phố thị, trong các sân chùa Vạn Hạnh thời ấy; còn Đức Sơn thì sống trên núi - Phương Bối am - bềnh bồng trên chiếc võng, nghêu ngao dưới rừng cây. Ấy là những tư tưởng lớn, những nhà thơ lớn của thời đại.

Một tâm sự phiêu bồng để ứa giọt lệ khô. Bùi Giáng cho rằng Thầy đang cưu mang một tâm sự: Tâm sự phiêu bồng, Tâm sự Giấc Mơ Trường Sơn, Tâm sự Phương Trời Viễn Mộng, Tâm sự Ngục Trung Mị Ngữ, Tâm sự Thiên Lý Độc Hành.

Tại sao Bùi Giáng đoán biết được như vậy? Vì sau này Thầy đã dấn thân trong những cuộc phiêu bồng như thế:

"Bên cửa sổ, bên kia đồi sao mọc,
Một lần đi là vĩnh viễn con tàu."

Hay:

"Năm chày đá ngủ lòng khe,
Lưng trời cánh hạc đi về hoàng hôn."

"Một lần đi là vĩnh viễn con tàu." Đi để thấy đá ngủ nơi lòng khe suối, để thấy cánh hạc lưng trời đi về trong đêm, để thấy bên kia đồi sao mọc. Nếu không đi, không phiêu bồng thì làm sao thấy được những hình ảnh trên đỉnh cao sông dài, biển rộng.

Tính phiêu bồng của Thầy - như thị!

Có phiêu bồng như thế mới thấy Đạo pháp đang cần người hoằng dương, gìn giữ, và hộ trì trên dòng chảy của chư vị Lịch đại Tổ sư hai nghìn năm qua.

Có phiêu bồng như thế mới thấy được quê hương, dân tộc đang bị đọa đầy, điêu linh, thống khổ - đang cần những đôi tay, tấm lòng hộ pháp, hộ quốc, hộ dân.

Một biển học mênh mông, biển Phật pháp vô bờ. "Trí Hải" - "Phật pháp như đại hải thủy, lưu nhập A Nan tâm."

"Trí Hải" là tên của một Ni Trưởng, sở học Phật pháp mênh mông như biển, chẳng thua chi Thầy. Trước tác, phiên dịch, thi ca, tư tưởng, một trời ngoại ngữ - chỉ bấy nhiêu thôi cũng làm rối loạn lòng ai.

Tuệ Sỹ, Bùi Giáng, Trí Hải... là những bậc Thầy lớn của thời đại - của Đại học Vạn Hạnh thời xưa.

BA: TIỂU KHÚC PHẬT ĐẢN, HAY NỘI HÀM TỰ TƯỚNG SINH - GIÀ - BỆNH - CHẾT, KIẾP NGƯỜI MONG MANH

Trọn bài thơ tất cả là 24 câu, chúng tôi xin phép đọc bốn câu cuối thôi. Bốn câu cuối là kết thúc Tiểu khúc Phật Đản, mà Thầy đã chấp bút bằng chữ Nôm:

"Thời gian vỗ cánh ngang đầu,
Sanh, già, bệnh, chết tránh đâu vận cùng.
Khổ đau là khối tình chung,
Ai nâng cõi thế qua bùn tử sinh."

Như là một lời khẳng định trên tinh thần thật chứng kiếp sống phù sinh.

Thời gian cứ mãi trôi, cứ mãi qua, cứ mãi đi, cứ mãi xuôi về mà không bao giờ trở lại. Thời gian vỗ cánh bay cao - chỉ "vỗ cánh ngang đầu." Đối với thân người, "vỗ cánh ngang đầu" là cao lắm rồi.

Chỉ ngang đầu để người được dễ thấy, dễ nghe, để mà tu, vì thời gian là vô thường - không hẹn một ai.

Cái mà sinh ra, mà già nua, mà bệnh hoạn, mà chết đi, nào ai có biết để mà hẹn. Đúng là thân phận của một đời người chỉ quanh quẩn với cái nghiệp mà mình đã tạo ra - không chạy trốn đâu cho khỏi. "Vận cùng."

Chính cái "vận cùng" này là kết quả của sự khổ đau chẳng riêng gì một ai, mà là một "khối tình chung."

Thầy gởi gắm lại cho chúng ta biết: nỗi khổ đau là khối tình chung, ấy vậy mà chẳng mấy ai biết.

Vô minh còn khiến con người làm khổ nhau nhiều hơn nữa:
"Mạnh hiếp yếu, kẻ hiền thua dữ,
Ở trên đời chẳng chữ công bình."

Như người ngồi trên đỉnh núi cao nhìn xuống thung lũng, đồng bằng, thấy rõ từng sự vật đang chuyển động theo định luật vô thường sinh - trụ - dị - diệt, mà la lên:
"Ai nâng cõi thế, ai vác cuộc đời này,
Để vượt qua vũng bùn tử sinh?"

Sống và chết là vũng bùn lầy, nó kéo chân con người - chúng sinh - vô lượng kiếp.

Một thứ ngôn ngữ, chữ nghĩa, một ý vị triết lý tư duy được hiển bày như là sở chứng - thấy rõ tận ngọn nguồn, đã được tồn đọng trong đôi mắt sâu, trên vầng trán cao, trong khối óc mẫn tiệp, trí tuệ vượt trội - trong "Tiểu khúc Phật Đản."

Chính câu kết này:
"Ai nâng cõi thế qua bùn tử sinh."

Thầy cho chúng ta hiểu: chỉ có Phật mới nâng cõi thế này qua bùn tử sinh.

Phật thuyết giảng giáo pháp, trao truyền lại cho con người, rồi con người y cứ, lập cước trên nền tảng ý chỉ giáo pháp ấy để tu, để vượt thoát bùn sinh tử - chứ chẳng ai khác.

Tóm lại, nhân ngày Lễ Đại Tường của Thầy, con rỉ rả đôi điều, chắc Thầy cười - như tiếng cười trên tháp sắt đồi Trại Thủy Hải Đức Nha Trang vào những chiều êm gió năm xưa; hay ngồi dưới bệ Kim Thân Phật Tổ mà Thầy kể chuyện tiếu nhà thiền, anh em học tăng vây quanh Thầy mà không thể nhịn cười được; còn Thầy thì kéo hai ống quần tới đầu gối, thoải mái - tình Thầy trò của một thời bụi đường phủ kín.

Giờ đây đâu còn những hình ảnh ấy nữa, Thầy đã về với Phật, còn lũ chúng con còn rong ruổi theo nghiệp duyên.

Kính lạy Giác linh Thầy, thùy từ chứng giám.

Trân trọng kính cảm ơn và kính chào toàn thể liệt quý vị.

San Diego, California - ngày 30 tháng 10 năm 2025
Chùa Long Sơn

Thích Nguyên Siêu

Tưởng Niệm
Lễ Đại Tường Ôn Tuệ Sỹ

NGUYÊN SIÊU

Am Thị Ngạn sương mù giăng mắc,
Mái tranh tre vách dựng liêu xiêu.
Dáng người chống gậy trời chiều,
Lần lên tam cấp, tiêu điều lá hoa.
Triền đồi ngắm lưng chừng cỏ úa,
Cảnh tiêu sơ, ươm nụ hương thiền.
Lắng nghe tiếng dế kêu đêm,
Mà lòng thầm tưởng dáng Ôn một đời.
Giờ chỉ ngắm khung trời bát ngát,
Gió lay cành, hoa khế rụng rơi.
Bóng người quen thuộc một thời,
Thõng tay vào chợ, góp lời nguyện kinh.
Ngồi trong am, tưởng hình với bóng,
Âm thanh còn, dáng dấp về đâu?
Vô tung, tịch tịnh, nhiệm mầu,
Lần tràng chuỗi hạt, hát câu ân tình.

Nguyên Siêu
Chùa Long Sơn - San Diego
Ngày 21/11/2025

Đôi Lời Tự Sự Tưởng Nhớ Ôn

THÍCH TỪ LỰC

Thấm thoát mà hơn một năm rồi, từ ngày Ôn vắng bóng trên đời. Dòng thời gian vẫn tuôn chảy mọi ngày, với bốn mùa Xuân Hạ Thu Đông thay nhau làm chứng tích cho những lần thay lá, những dạo mưa nguồn... và chúng con, người xuất gia với chí nguyện "thượng cầu, hạ hóa" vẫn nhớ về vị Tôn Sư quý kính của mình. Con xin bày tỏ đôi chút tâm tình nhỏ nhoi lên Ôn trong kỳ Đại tường năm nay.

*

1. Ôn Từ Đàm (HT Thiện Siêu) dạy Tăng Ni những lời thấm thiết dạo nào: "*Trong đời sống của một ông thầy xuất gia phải có 3 điều trọng yếu. Một là phải có chánh kiến, tức lòng tin tuyệt đối với chánh pháp, hiểu đúng chánh pháp, lấy chánh pháp làm lý tưởng cho mình. Thứ hai là phải có tịnh giới, tức nhiên là phải giữ giới thanh tịnh. Thứ ba là phải có oai nghi. Chúng ta đừng nghĩ mình có chánh kiến, có tịnh giới rồi thì không cần gì oai nghi. Điều đó không đúng... Tóm lại, muốn làm một thầy Tỳ kheo thì phải có chánh kiến, có giới, có oai nghi và nhất là phải hòa hợp chúng.*" Và Ôn tiếp nối dòng chảy của Chánh pháp làm cho chúng con có chỗ nương tựa hôm nay. Ở đâu xa xôi, con không dám nói, chứ gần gần ở miền Bắc Cali thì tập thể Tăng Ni, trong mùa An cư kiết hạ năm nay, chúng con vẫn cố gắng cùng sinh hoạt, cùng "sống vui trong nhà Đạo" với nhau qua những ngày thứ Bảy cuối tuần.

Bắt đầu từ ngày 17-5-2025 và vẫn còn tiếp tục cho đến ngày Tự tứ giải hạ, thứ Bảy, 13-9 (22-7al) là những ngày Tu tập, nuôi dưỡng Tâm Bồ đề cho tứ chúng lặng lẽ diễn ra dưới bầu trời trong sáng và nguồn Tâm thanh tịnh của chúng con. Làm sao cho tập thể Tăng Ni gắn kết như nước với sữa, hỗ trợ nhau, cùng chung vai gánh vát Phật sự đem lại lợi ích cho muôn loài là những thao thức của chúng con bây giờ? May mắn, chúng con còn có những bậc Trưởng thượng dìu dắt, nhắc nhở, bên cạnh là những pháp lữ đồng hành có tinh thần hăng hái và tích cực khi làm việc chung với nhau, thưa Ôn.

Ba năm trôi qua, với khóa An cư tập trung trong vùng, kết nối 77 ngôi chùa, với hơn 100 Tăng Ni và Phật tử hiện diện bên nhau, cùng luân phiên đến các Chùa, Tự viện để cùng ngồi xuống tụng một thời kinh Cầu nguyện, ăn trưa Quá đường và chia sẻ những kinh nghiệm tu học, cũng như thao thức của mình, chúng con thấy hình ảnh Tăng già hòa hợp, tứ chúng đồng tu ngay trước mắt mình, như là động lực quý báu làm sống lại những hoài bão, những mong ước của đời tu trong lòng chúng con.

*

2. Một đối tượng khác mà Ôn thường quan tâm khi còn sinh tiền là Tổ chức Gia đình Phật tử. Đứng trước những biến chuyển, khó khăn của xã hội Tây phương, tập thể Huynh trưởng vẫn còn ưu tư từng ngày, nói lên hoài bão sâu xa và lý tưởng cao quý của người Huynh trưởng. Con xin mạo muội, trích lại đây đôi dòng trong Sen Trắng Channel của Huynh trưởng Tâm Tường Lê Đình Cát để trình lên giác linh Ôn, "*Người Huynh trưởng không thể dạy đạo lý nếu không sống đạo lý. Không thể nói về Từ bi nếu thiếu kiên nhẫn. Không thể giảng về Vô ngã nếu còn giận hờn vì không được phân công như ý. Chính trong tương quan với tổ chức, đồng sự và đoàn sinh, người Huynh trưởng mới thật sự hành trì được Sáu Ba-la-mật - từ bố thí, trì giới, nhẫn nhục, tinh tấn, thiền định đến trí tuệ.*

Đặc biệt, người Huynh trưởng thuộc hàng cấp lãnh đạo càng phải lấy hạnh Bồ Tát làm kim chỉ nam. Khi nắm giữ sự vận hành và thịnh suy của tổ chức, không gì quan trọng hơn việc hóa giải nội kết bằng từ bi, gìn giữ lý tưởng bằng trí tuệ, và dìu dắt bằng thân giáo..." vẫn còn mang nặng những hoài bão một đời của Ôn.

Trong lời huấn thị năm 2022, Ôn nhấn mạnh: "*Trong tình tự dân tộc, bằng tâm nguyện bồ đề, trước những thảm cảnh thiên tai nhân họa, dù vẫn tồn tại những mâu thuẫn quan điểm trong Nội quy hay ngoài Nội quy, tình Lam vẫn trong sáng, cùng hòa hiệp trong Bồ đề nguyện và Bồ đề hành, đến những nơi cần đến, nối dài cánh tay Đại Bi của Bồ tát. Đồng hành với các thế hệ đàn em, học Chánh Pháp, hành Chánh Đạo, từ những thống khổ muôn vàn của thế giới quanh ta, để nhận thức thực tại bằng chính đôi mắt của chính mình từ chính trái tim của mình; để thấy những mâu thuẫn quan điểm, những bất đồng ý kiến chỉ là những phân biệt vọng tưởng*". Theo lời chỉ dạy của Ôn, chúng con cố gắng rất nhiều để có thể tổ chức ngày Truyền Thống hàng năm cho các đơn vị GĐPT đang có mặt ở miền Bắc California. Con tham dự mấy năm rồi, có khi lên đến 250 Huynh trưởng và Đoàn sinh cùng vui chơi, có mặt bên nhau. Chỉ cần nhìn quý Anh chị Huynh trưởng trong Liên đoàn Huệ Năng, giờ tóc đã hoa râm, chân yếu, mắt không còn sáng như thuở nào, vẫn tiếp tục đến với tập thể màu Lam. Các em trẻ thì hăng say, năng nổ hơn với các trận đấu bóng chuyền, thi đua với các bạn Lam của các đơn vị khác. Vào những dịp đó, trong tinh thần đó, chúng con cảm nhận một cách sâu sắc Niềm Vui chan hòa trong sức sống của Tổ chức giáo dục Tuổi trẻ của chúng ta.

Hàng tuần, các đơn vị vẫn còn sinh hoạt theo truyền thống, qua các bộ môn cũng như lớp Việt ngữ để gìn giữ Văn hóa dân tộc cho thế hệ kế thừa. Có điều, sự thiếu hụt Huynh trưởng cũng như khác biệt về ngôn ngữ, văn hóa và dị biệt giữa các thế hệ vẫn là khó khăn chung mà hàng Huynh trưởng lãnh đạo đang phải đối đầu. Riêng cá nhân mình, con vẫn luôn trông chờ, và đặt sự tin tưởng, vào tầng lớp Huynh trưởng trẻ tuổi, hãy mạnh dạn tiếp sức với Huynh trưởng đàn anh, dấn bước hy sinh cho tổ chức, vì đàn em, và mạnh dạn nhận lãnh trách nhiệm giao phó mà vững lòng tiến bước trong giai đoạn khó khăn này. Bước qua thế kỷ mới, con đã trao gởi tâm tình của mình trong bài viết "Ai là Tâm Minh của thế kỷ 21?" Con tin tưởng, với Hạnh nguyện cao cả và tấm lòng Phụng sự thiết tha thì người Huynh trưởng sẽ làm nên những công trình to lớn để làm rạng rỡ cho Phật pháp và đóng góp lớn lao cho tổ chức GĐPT tại bất cứ đâu.

3. Kính bạch Ôn,

Một vấn đề khác nữa là việc tiếp nối và gìn giữ di sản Văn hóa mà

Ôn để lại, với bao nhiêu tâm huyết của mình. Chúng con cũng đang làm việc bên nhau, trong tinh thần tương kính, hỗ trợ cho công việc chung. Bước đầu là việc dịch tác phẩm "Tổng quan về Nghiệp" của Ôn từ tiếng Việt qua tiếng Anh, để chia sẻ với những người trí thức Tây phương và bạn hữu học Phật ở đây. Cũng được một chút thuận duyên, vui vẻ, với hy vọng là trong vòng vài năm tới đây, công tác này sẽ có kết quả tốt đẹp, để dâng lên giác linh Ôn với lòng biết ơn sâu xa của chúng con.

Một vài lần gặp mặt, trao đổi giữa những đạo hữu ở hai miền Nam, Bắc Cali có cùng chí hướng, cũng đem lại những phấn khởi và khích lệ. Mong sao, việc làm này sẽ mang lại một sinh khí mới, tạo ra nền tảng vững chắc, lâu dài để những người con Phật, xuất gia và tại gia, có cơ hội cùng nhau gìn giữ những hoài bão sâu xa của Ôn và đem lại lợi ích lớn lao cho ngôi nhà Phật pháp. Không phải là không có khó khăn, trở ngại, nhưng với tâm nguyện "vì Đạo, cho Đời và mong mỏi báo đền công ơn Thầy Tổ trong muôn một" nên chúng con vững lòng tiến bước, lên đường.

*

4. Cuối cùng, con ngồi đọc tác phẩm "Giấc mơ Trường Sơn" để nhớ về Người lữ khách, dọc ngang trên đường thiên lý, mắt trông xa, lòng nghĩ rộng, xôn xao một cõi đất trời... Nhìn lên tấm hình của Ôn mà con treo ở Thư viện trên Phổ Thiên, trên tay Ôn cầm quyển sách, đôi mắt trong sáng, dịu dàng, con thấy mơ hồ như có lời nhắn gởi. Và con trực cảm như Ôn vẫn còn đây, không xa cách mấy, trên từng chiếc lá ngoài kia, giữa rừng núi, như dạo nào Ôn bước chân đi trên những con đường của quê hương. Mạch sống vẫn tiếp nối, và tâm nguyện của Ôn vẫn sống mãi với thời gian... qua những ước mơ rất đẹp.

Bước chân nào rồi cũng lên đường thôi! Đến nơi nào, có khi mình không biết được nhưng vẫn cố đi theo tiếng gọi của lòng mình: lên cõi trời Đâu suất hay chốn rừng vắng thâm u, để tiếp độ những vong hồn còn phảng phất, lạc lối.

Đồi Thất Phật: dẫn vong linh ra giác lộ
Suối Thương Yêu: dắt sanh chúng thoát bờ mê

Một thoáng suy tư và những điều này hiện lên trên tâm trí của con: bài thơ "Nguyện Cầu" của Vũ Hoàng Chương, ta còn để lại gì không... rồi hình ảnh trong bài kệ của thiền sư Hương Hải: *nhạn quá trường không, ảnh trầm hàn thủy, nhạn vô lưu tích chi ý, thủy vô lưu ảnh chi tâm*... trùng trùng duyên khởi đi, đến với nhau, và cuối cùng, kết nối với bước chân của Ôn trên dòng chảy tâm thức của muôn loại.

Ôn đến, đi, thong dong
Ôn ngồi yên tự tại;
Đi vào vĩnh cửu, đến chốn bình an.

Trong dịp Đại tường năm nay, nơi chốn xa xôi, với lòng biết ơn tràn đầy, con xin thành kính đảnh lễ Ôn ba lạy - mỉm cười, và không dám nói gì nữa, xin Ôn hoan hỷ chứng minh cho con.

Chùa Phổ-Từ - Hayward ngày 25 tháng 6 năm 2025

Thích Từ-Lực

Kính Dâng Tuệ Sỹ Thượng Nhân

THÍCH NGUYÊN HIỀN

Nhân lễ Đại Tường cố Hoà Thượng Tôn Sư, xin đăng lại bài Điếu văn đã viết ngày viên tịch, như một nén nhang dâng Thầy, bậc Thầy lớn trong đời tu mà đệ tử có phước duyên được hầu cận:

Cuộc lữ hề đi thôi
Vượt thác ghềnh hề chèo với trăng
Mang mang hề đất trời
Mơ Trường Sơn hề Thiên lý độc hành.

Thưa bậc Thiện tuệ!
Hỏi trang Thượng sỹ!
Người từ đâu đến
Người đi về đâu?

Hỏi gió Trường sơn, mặc khách về đâu, chỉ thấy rừng cây, đứng ngắm trăng ngàn mơ huyễn thoại

Gọi triều Đông hải, cô thuyền ẩn tích, mới hay con sóng, xóa nhòa vết nhạn giữa tầng không.

Gõ thất Duy-ma, thất chủ đã lên Hương Tích mượn bồ đoàn, tám vạn bốn ngàn tòa đãi khách

Vào hang Ca-diếp, Đầu đà đang ẩn Kê Túc đợi Từ thị, thiên bá ức linh tải chờ người.

Hỏi Trúc Đạo Sinh đá gật đầu cười

Đến Đường Lâm Tế sư rền giọng hét
Bụi chẳng thèm bay, bóng trúc quét
Nước không gợn sóng, ánh trăng soi
Tào Khê chảy mãi không lời
Linh sơn mây trắng ngàn đời du du.

Kính lạy Giác linh Tôn sư!
Con về lạy dưới chân Thầy
Nghe bao pháp nhũ đủ đầy trong tâm
Chùa xưa vọng tiếng chuông trầm
Cỏ cây mây nước cũng thầm dâng hương.

Nhớ Giác linh xưa!
Hương quán Quảng Bình
Xuất sanh Pakxé
Ấu niên vào chùa ngâm kinh xướng kệ
Bảy tuổi hồi hương học đạo hành Thiền.
Hải Đức Nha Trang quy tụ trí thức ba miền
Quảng Hương Già Lam thu hút anh tài khắp chốn.
Học đường Vạn Hạnh gửi tâm tư giữa trời Nam hỗn độn
Tạp chí Tư Tưởng dâng ý nguyện về Phật Việt thiêng liêng.
Viết sách, làm thơ, chơi nhạc tùy duyên
Khảo cứu, biên thư, dịch thuật mẫn cán.
Khóc vận mệnh bao phen khi quê hương lửa đạn
Buồn trí thức nửa mùa lúc tổ quốc lâm nguy.
Giun dế cắn đứt cà non Người vì đời đổ lệ tàm ty
Bọ rùa nhấm tàn dây bí Thầy phong kín nỗi hờn ngoan thạch.[1]
Dấn thân ư? Oan ức không cần biện bạch
Tù đày ư? Khóa miệng cũng vẫn hành Thiền.
Trở về sau bản án chung niên
Dựng lại cả một miền Tuệ giác.
Đem cái học Khổ, Không hỏi ngài Duy-ma-cật
Vận hùng tâm Thọ, Nguyện vấn hoàng hậu Thắng Man
A-tỳ-đạt-ma Câu-xá ngàn trang
Trường, Trung, Tạp, Tăng A-hàm bốn bộ.

---

[1] Hai câu này lấy ý từ bài thơ TA BIẾT trong Giấc Mơ Trường Sơn.

Truyền thống tổ tiên đang dần vào tuyệt lộ
Đại lao cổ đức làm Bỉnh pháp Tỳ-kheo
Cô thân giữ vững tay chèo
Tử sinh bóng hạc bọt bèo trường không.

Kính lạy Giác linh Tôn sư!
Tổ quốc bốn mươi kỷ tâm linh, rót xuống trăm năm bậc Tuệ tài kiệt xuất

Quê hương hai ngàn năm Phật giáo, vọng về thời đại trang Sỹ khí vô song.

Tuệ ngọc ngời soi, ngoan thạch châu tuần, trí đức bàng hoàng trời kinh viện

Giới châu ánh hiện, mây ngàn hội tụ, biện tài chất ngất đất già-lam

Tuyết lãnh hạc gầy, nhả hạt linh đan, chữ nghĩa tam thiên dậy ba đào bốn biển

Hằng giang nguyệt ấn, khơi nguồn huyền thoại, kinh thư bát vạn nhòa cổ lục năm châu.

Giấc Mơ Trường Sơn gọi gió biển về đâu
Ngục Trung Mỵ Ngữ[2] gieo u sầu nhân thế.
Độc đối thanh tùng kể lể
Đạp trước hồng lô ngủ vùi[3]
Thỏng tay vào chợ rong chơi
Dời trang Kinh Phật vào đời mông lung.

Thầy ơi!
Với các bậc kỳ tài, Thầy trọng thị, khiêm cung
Cùng những kẻ hậu lai, Thầy từ ái, nâng đỡ.
Chưa thấy Thầy chê bai ai dù chuyện hay chuyện dở
Chẳng thấy Thầy khuất phục ai dù bạo thế cường quyền

---

[2] Giấc Mơ Trường Sơn và Ngục Trung Mỵ Ngữ là tên hai tập thơ chữ Việt và chữ Hán của Tuệ Sỹ.

[3] Độc đối thanh tùng và Hồng lô thụy bãi là những ý trong các bài thơ của Ngục Trung Mỵ Ngữ.

Pañca- sīla Người rất mực trinh tuyền
Pātimokkha Thầy tinh chuyên trì niệm.

Than ôi! Lô hỏa thuần thanh chừ tắt lịm
Hỡi ôi! Chiên đàn hải ngạn chừ thanh lương.
Huyết thống tâm linh tìm đâu chỗ tựa nương
Sự nghiệp thánh điển còn ai người chèo lái.

Thất chúng về vọng bái
Người thanh thản ra đi
Trên linh đài Người mỉm mật huyền vi
Dưới kim quan chúng thầm thì huyết lệ.
Xao xác tiếng gà bên trời Tây kể lể
Bơ vơ điệu thở giữa hồn Việt ngậm ngùi.
Kính dâng vài chữ bồi hồi
Trường Sơn viễn mộng xa rồi Thầy ơi!

Thùy Ngữ Thất, Mạnh Đông năm Qúy Mão.

Đệ tử ***Thích Nguyên Hiền*** *kính lễ.*

Ý Ngôn Và Câu Chuyện Khoa Học Óc Não

TÂM NHÃN

Tiết Nguyên tiêu 2013, chùa Linh Sơn, Vạn Giã (Nha Trang, Khánh Hòa) tổ chức lễ hội Dược sư, thầy trụ trì cung thỉnh thầy Tuệ Sỹ cùng các học trò: tôi, Nguyên An, Đạo Luận về tham dự. Tối rằm, trăng sáng vằng vặc, thầy trò bày trà nóng ra sau sân hậu tổ, đối ẩm luận đạo, câu chuyện đầu tiên bàn về phước nghiệp con người trên cõi nhân gian. Sau đó, Đạo Luận thắc mắc về ý thức và não bộ của Stephen William Hawking (nhà vật lý người Anh, 1942 - 2018), trường hợp của ông, tuy tay chân không hoạt động được nữa, nhưng ông vẫn thuyết giảng, viết sách.

Thầy nói rằng, óc não con người như một ổ điện máy tính. Lúc cử động tay, chân, não bộ tạo ra xung điện truyền xuống các đường dẫn thần kinh trong tủy sống, tình huống của Hawking như thành phố bị quân IS bao vây (các căn, tay, chân bị liệt), chỉ còn cái thủ đô, không có lính tráng chi cả, giống như núp trong hầm chống bom nguyên tử. Chỉ còn óc não, mà trong não toàn là xung điện, cho nên người ta đặt vấn đề ý thức có hay không. Về sau Benjamin Libet [1916-2007] đã thí nghiệm, đưa ra kết luận có ý thức.

Hawking mắc bệnh xơ cứng teo cơ một bên, mất khả năng cử động. Trợ lý của ông đã thiết kế một thiết bị gọi là 'nút má' gắn trên kính của Hawking. Thiết bị này sử dụng tia hồng ngoại để theo dõi và nhận biết cử động cơ má bên phải của Hawking. Mỗi khi viết, ông cử động má để chọn ký tự trên bàn phím ảo, con trỏ chuột sẽ tự động di chuyển quét qua các ký tự theo chu kỳ. Cơ má như nút bấm vật lý. Nhưng chúng ta phải hiểu rằng, thức hoạt động cần căn, trường hợp của Hawking ý thức nhờ tịnh sắc căn trong não và căn cơ má để tồn tại và hoạt động. Ý thức biến lệnh của cơ má thành chữ viết, lời nói.

Lúc ấy, Nguyên An đặt thêm câu hỏi: "Ví dụ thầy phỏng vấn con, thầy nói chuyện bằng tiếng Anh, con không biết tiếng Anh, nhưng qua tư tưởng con hiểu, con nói lại cho người khác, họ thông dịch lại cho thầy. Chuyện đó có không?"

"Không có chuyện đó xảy ra", thầy giảng: Trong não chúng ta như một cái máy tính, người ta lập trình tiếng Anh, mình viết sai tiếng Anh, nó biết nó sẽ sửa cho mình. Tiếng Việt cũng vậy. Khi tôi hỏi ông bằng tiếng Anh, câu hỏi đưa vô trong não, kích thích dòng điện truyền vô trong. Mình suy nghĩ chỉ toàn là điện, trong A-tỳ-đàm gọi là "ý ngôn" (manojalpa, hội thoại của ý). Đầu tiên ý thức cấu trúc một khái niệm hay một ấn tượng gì, có tưởng, có ấn tượng đẹp, xấu v.v., ta gọi đó là tầm (vitarka) và tiếp theo đó với tính toán chi tiết hơn gọi là tứ (vicāra). Y theo nguyên tắc như vậy gọi là ý ngôn. Người Việt nói bằng tiếng Việt, người Anh nói bằng tiếng Anh, trong não ý thức nó được lập trình sẵn gọi là ý ngôn. Trong suy nghĩ không có ý ngôn không thể suy nghĩ được. Tức là, nếu ông không học tiếng Anh, hay không biết nói tiếng Anh, xem như não chưa được lập trình, thì ông không thể suy nghĩ được. Không có ngôn ngữ đó ông không thể hiểu. Ví dụ ông sống trên rừng, ông về lại thành phố, ông thông minh tập tiếng Anh, nghe và suy nghĩ thì não mới có thể hoạt động được. Não không có ngôn ngữ đó thì nó không thể làm được. Đó gọi là ý ngôn.

Lý giải thêm, tôi hỏi ông bằng tiếng Anh, câu hỏi được truyền vào não của ông, ví dụ câu 'tôi đi, I'm going'. Ý nghĩ của ông khởi lên mà trong óc não không có tiếng Anh nó không nhận được. Còn như tôi nói tiếng Việt: 'Tôi đi'. Ông là người Việt, suy nghĩ 'tôi đi' đàng hoàng. Nếu nói cho người Anh nghe, 'I'm going', nó đưa vô trong não họ là khác, họ suy nghĩ, bắt được trả lời liền. Ngoài ra, giả như có trường hợp thần bí, truyền vô óc não thế nào thì mình chưa biết được. Như con khỉ, hay con chó, nếu người Việt huấn luyện nó, mà người Anh ra lệnh thì nó sẽ không làm theo. Hoặc con chó, nó ở bên Anh, người Anh huấn luyện nó, họ nói: Come here, con chó chạy lại liền. Còn ông, ông gọi: Lại đây! Nó tỉnh bơ. Chắc chắn con chó không tới.

"Mình đưa tay vẫy nó, nó hiểu nó tới chứ!" - Nguyên An nói.

"Không, nó không hiểu". Thầy bảo: Cũng có trường hợp dùng ngôn ngữ ra hiệu, như ra trận chiến, có mật mã với nhau. Ví dụ, tướng soái ngồi trong doanh trại, dặn quân lính trước, nếu ta thả cái chén rượu xuống thì bọn bay tuốt gươm nhảy vô ám sát. Quân lính họ cầm gươm đứng sẵn, nhưng nếu ông tướng chưa thả chén thì bọn lính đứng đó tỉnh bơ.

Và có những cái chung. Vấn đề này liên hệ đến Paul Ekman (nhà khoa học nổi tiếng nghiên cứu về biểu cảm khuôn mặt). Hồi nhỏ gia đình ông thế nào đó nên ông không có thiện cảm với tôn giáo, nhất là Phật giáo. Năm 2000, ông được mời tham gia một cuộc đối thoại riêng tư giữa đức Dalai Lama (Đạt-lai Lạt-ma) và các nhà khoa học phương Tây, do Viện tâm thức và Đời sống (Mind and Life Institute) bảo trợ. Từ đó, ông trở thành bạn thân với Dalai Lama. Ông thí nghiệm biểu cảm cảm xúc trên khuôn mặt con người. Con người khi buồn, vui, mừng, giận, biểu hiện có những cái chung, mang tính phổ quát giữa các nền văn hóa. Như người Phi châu, khi họ giận lên gương mặt, ánh mắt như thế nào đó. Người Mỹ cũng vậy, ngôn ngữ khuôn mặt gần giống nhau. Cũng như những người bạn thân, thân quá không cần nói chuyện mà hiểu nhau, ngó qua ngó lại là biết đôi bên cần cái gì.

Thầy cười và nói, biết đâu mình tu giỏi, nhìn biểu cảm trên khuôn mặt của chúng sinh có thể biết họ muốn cái gì. Trăng càng lên cao câu chuyện càng hấp dẫn lôi cuốn, bởi thảo luận đủ loại đề tài, từ ý thức đến não, đến các nhà khoa học, các cuộc thí nghiệm. Câu chuyện còn dài, tôi chỉ trích đoạn từ file ghi âm. Mỗi lần ngồi biên tập thành bài, tôi càng ngạc nhiên thấy mình nhận được những thứ mà trước đây chưa bao giờ có trong ý nghĩ, trong tưởng tượng, trong tư duy. Chắc chắn não của một con người bình thường không có nhiều nếp gấp bằng não của một thiên tài. Muốn bằng phải học nhiều, để não luôn được lập trình. Hầu chuyện với thầy, cho ta thấy đạo lộ đi vào Phật lý sâu thẳm và mênh mông.

Tưởng niệm Ân sư Thích Tuệ Sỹ

Tâm Nhãn

Lưng Trời Cánh Hạc Đi Về Hoàng Hôn

TỪ TƯ TƯỞNG, TRÍ TUỆ ĐẾN HÀNH TRÌNH GIÁO DỤC CỦA ÔN TUỆ SỸ

THÍCH NỮ KHÁNH NĂNG - HẠNH THÂN

LƯNG TRỜI CÁNH HẠC

Với lòng kính cẩn và tri ân, xin được cùng hướng về vị Thầy chung của chúng ta: Hòa Thượng Thích Tuệ Sỹ, người đã một đời cống hiến cho sự nghiệp văn hoá, giáo dục và sự tồn vong của Chánh Pháp. Người là bậc Cao tăng, Thạc đức của Phật giáo Việt Nam. Người là hiện thân của Bồ-đề nguyện và Bồ-đề hành. Người là bậc Đại sĩ, bằng bi nguyện và hùng lực đã giữ vững con thuyền Đạo pháp trong lòng Dân tộc. Từ thuở thiếu thời, Người đã bộc lộ tài hoa, cốt cách và phẩm hạnh cao quý của Sa môn. Tuổi ba mươi đã phải khép lại những trang cảo thơm, lên rừng xuống biển, chịu lênh đênh cùng vận nước thăng trầm. Bản án tử hình không khiến Người dao động tâm tư, chỉ làm sáng thêm tinh thần "uy vũ bất năng khuất". Tù đày và quản thúc không thể thay đổi được một người đã quyết tâm sống trọn vẹn với những giá trị mình đã lựa chọn. Người là minh chứng của tinh thần vô uý, vô cầu của các bậc Thánh đệ tử Phật. Người là biểu tượng của hàng xuất gia, những người biết định hướng đời sống mình trong chuỗi đời vô tận, biết gánh vác trách nhiệm kế thừa sự nghiệp của Thầy Tổ, để giữ gìn ngôi nhà Chánh Pháp.

Trong buổi chiều thơ nhạc thiền và tọa đàm hôm nay, con biết trong đây có Hòa Thượng Nguyên Siêu và nhiều vị là học trò thân cận lâu năm của Ôn, rất nhiều chư vị thức giả hoặc trực tiếp hoặc gián tiếp đã được học với Ôn và có kiến tri sâu sắc về Ôn. Do vậy, những lời phát biểu của con chỉ là những lời bộc bạch của một người đệ tử nhỏ nói về Thầy mình-người Thầy có ơn giáo dưỡng và truyền cảm hứng bất tận cho con trên lộ trình tu tập Bồ-đề nguyện và Bồ-đề hành.

Nói về Ôn, con không dám nghĩ rằng con cảm nhận được sự uyên bác của Ôn qua từng câu chữ; con không dám nghĩ mình có thể hiểu được hết những hành trạng của Ôn. Hai mươi năm được Ôn dạy dỗ, hai mươi năm ấy từng việc Ôn làm, từng lời Ôn nói, đối với con đều là công án. Đọc sách của Ôn, con đọc với lòng thành kính như khi con lễ Phật. Dịch sách của Ôn, con thận trọng từng câu chữ. Vì con biết rõ chỉ bằng sự nghiêm cẩn, tĩnh tâm và thận trọng ấy, thì con mới hiểu được Ôn muốn nói gì, qua câu chữ và đằng sau câu chữ.

DẤU ẤN CỦA NGƯỜI THẦY

Hai năm qua, nhiều lần nhắm mắt lại, con lắng nghe những xúc cảm tưởng đã ngủ yên trong tâm, bỗng cựa mình thức giấc. Con không ngăn dòng nước mắt tự động chảy mỗi khi nhớ Ôn. Trong tâm con lúc ấy là bầu trời trong xanh trải dài vô tận, và Ôn như cánh hạc vút tầng không, bỗng cánh hạc lẩn khuất đâu đó, con không tài nào nhìn ra được nữa. Cố dõi mắt tìm dấu vết giữa hư không, rồi trước mắt con hiện ra những bóng nắng chập chờn trên đại dương. Con thấy mình là một giọt nước lấp lánh đầu non. Giọt nước lần theo dấu vết của cánh hạc mà chảy trôi về biển. Giọt nước cứ thế trôi lăn. Mở mắt ra, nhìn lên di ảnh Ôn trong phòng, nơi con vẫn cúng trà lên Giác linh Ôn mỗi ngày, Ôn nhìn con, ánh mắt từ bi sâu thẳm.

Nhớ lại năm 2004, lần đầu tiên con được Ôn cho phép vô Thị Ngạn Am ở Quảng Hương Già Lam, sự tò mò của một cô ni nhỏ lúc ấy chỉ xoay quanh vấn đề ngủ nghỉ. Con nhìn khắp phòng, chỉ có bàn Phật và bàn Ôn ngồi làm việc, xung quanh là những kệ sách chất đầy với nhiều ngôn ngữ mà con chưa hề được tiếp cận. Không giấu được sự tò mò, con hỏi Ôn: "Bạch Ôn, vậy Ôn ngủ ở đâu?" Ôn cười, chỉ vào chiếc ghế đang ngồi: "Ở đây". Cô ni ấy lại hỏi tiếp: "Một ngày Ôn ngủ khoảng bao nhiêu tiếng?" Ôn trả lời: "Khoảng hai, ba tiếng." Cô ni ấy ra về cùng với thắc mắc khác. Và những thắc mắc nối tiếp xung quanh đời sống của Ôn chưa hề mất đi sau hai mươi năm.

Những năm ngoài hai mươi tuổi, con làm thơ viết văn, Ôn không nói gì, chỉ nhắc nhẹ trong một lần con pha trà cho Người: "Làm thơ thì làm thơ nhưng đừng có bi luỵ. Mà người làm thơ thì bi rồi. Bi thì bi nhưng đừng có lụy, người ta có quỳ trước mặt mình thì cũng phải bước qua mà đi." Cô ni nhỏ vì kính Ôn mà giữ từng lời trong tâm, nhưng lúc ấy vẫn thấy mâu thuẫn, vẫn không tài nào hiểu được. Mãi đến nhiều năm sau, khi gặp việc, thì chính câu nói của Ôn năm nào đã nâng cô ni đứng dậy. Lúc ấy cô ni mới hiểu, thì ra sự "bước qua mà đi" này đâu phải bước qua một đối tượng nào đó trước mặt, mà từ chính những hệ luỵ của tâm mình.

Cuối năm 2017 sau khi con hoàn tất chương trình nghiên cứu ở Tích Lan trở về, Ôn dạy cần đi Mỹ học thêm về Tây Tạng và Khoa học Não. Để giới thiệu về Khoa học Não, thay vì ngồi giảng giải, Ôn đưa con cuốn Khoa Học của Thiền[1] kèm câu nói: "Đọc đi, có nhiều cái hay nơi." Đọc xong cuốn sách, niềm yêu thích khoa học trong con cũng chớm nở từ đó. Song, người học trò vì muốn được ở gần Thầy nên không chịu đi học tiếp. Bằng sự thiện xảo của một bậc đại trí, Ôn chỉ ngồi tâm sự, nói ra những điều chưa ai làm được để cho học trò suy nghĩ và tự quyết định, rồi hỏi: "Nói Thầy nghe, giờ ở nhà làm gì?" Con không biết trả lời sao. Suy nghĩ mấy hôm rồi con thưa Ôn: "Dạ, bạch Ôn, vậy con đi Mỹ học thêm vài năm nữa." Ôn cười vui: "Đi học xong rồi về Thầy dạy cho." Sau đó Ôn bàn với Thầy Lê Mạnh Thát đưa con qua Mỹ học tiếp. Và người học trò lại một lần nữa lên đường du học.

Trong Kinh Hoa Nghiêm, Thiện Tài đồng tử do được thôi thúc bởi lý tưởng Phật thừa và chí hướng Bồ-tát đạo vừa khơi mở, nên bày tỏ với Bồ-tát Văn Thù khát vọng được chỉ dẫn con đường tu học và thực hành Bồ-tát hạnh. Thấu hiểu tâm nguyện ấy, Bồ-tát Văn Thù chỉ dạy Thiện Tài cầu chân thiện tri thức, và đã giới thiệu Thiện Tài

---

[1] *The Science of Meditation – How to Change Your Brain, Mind and Body* by Daniel Goleman & Richard Davidson.

đến gặp Tỳ-kheo Đức Vân, mở ra hành trình tầm cầu thiện tri thức kéo dài qua 51 nơi để học hỏi và thực chứng đạo lý. Con nay học theo hạnh Thiện Tài nên nghêu ngao khúc độc hành ca: "Chân đồi xanh luống cải/đời ta xanh viễn phương".[2]

Rời xa Ôn, con biết con đang bỏ biển để đi tìm những dòng sông. Song, con vẫn vui vẻ chấp nhận ra đi, vì con hiểu rõ, rồi đến một ngày những dòng sông sẽ đưa con trở về với biển.

Con qua Mỹ chưa được một năm thì Ôn qua Nhật chữa bệnh. Giai đoạn ấy căn bệnh ung thư khiến xương của Ôn yếu đi, các ngón tay cũng bị cứng đi. Chị Sớm Mai, con gái của bác Nguyên Hạnh - Nhã Ca, mua cây đàn piano gởi qua Nhật để Ôn luyện ngón. Chị sợ Ôn la nên nói, "Mẹ con mua cho Thầy." Ôn im lặng một lúc rồi nói: "Thầy đánh đàn có ích lợi chi, để tiền cho Khánh Năng học." Rồi Ôn nói thêm: "Nhờ Thầy bệnh mà có tiền cho Khánh Năng đi học." Sau khi nói chuyện với Ôn, chị gọi sang kể và nhắc con: "Cô phải cố gắng đó, chứ Ôn nói với em nhờ Thầy bệnh mà có tiền cho Khánh Năng đi học."

Sau khi nói chuyện với chị Sớm Mai, con ngồi lặng một lúc rồi viết email gởi Ôn. Hình ảnh Ôn xúc động kể về quý Ôn ngày xưa lại hiện về trong tâm. Con vẫn nhớ từng lời Ôn nói: "Ôn Trí Thủ một đời chỉ lo đào tạo Tăng tài. Thời đó khó khăn, mỗi người mỗi nơi, không ai học được. Ôn Trí Thủ nói: 'Tui chịu nhục cho các thầy làm việc.' Ôn Trí Thủ nói thêm: 'Một ngày có thể không có mặt trời, một ngày Tăng không thể không tu và không học.' Ôn Trí Quang thì nhịn ăn để viện trợ, để lo cho đàn em là Ôn Minh Châu đi du học." Giọt nước chảy ra từ khoé mắt, tim con như bị bóp nghẹt, và ở đó có một ngọn lửa đã được khơi sáng, ấm nóng. Con hiểu hơn nguyện và hành của Ôn trong mạch nguồn Chánh Pháp không đứt đoạn ấy. Những gì quý Ôn ngày xưa làm cũng là những gì ngày nay Ôn đã và đang làm cho thế hệ của con. Ôn không cần gì cho mình, chỉ một lòng vì sự nghiệp giáo dục và đào tạo thế hệ kế thừa. Rồi từ sự hiểu đó mà con đã ý thức được trách nhiệm và bổn phận của mình, và giờ đây giáo dục đã trở thành

---

[2] Thơ Ôn Tuệ Sỹ

một phần máu thịt trong con, là lẽ sống của con.

Con ngồi lặng, xâu chuỗi lại từng ký ức rời trong hai mươi năm qua. Nhớ lại năm 2008 vì vừa đang theo học ở Ôn, vừa biên tập cho Tập san Pháp Luân do Ôn chủ trương, và lại đang học chương trình Anh văn của Hội Việt Mỹ, nên không chùa Ni nào ở Sài Gòn chịu nhận con cả. Ôn phải đích thân qua chùa Phước Hòa ở quận Gò Vấp để gởi. Hai Sư bà Phước Hoà đã từng làm cho Đại học Vạn Hạnh ngày xưa nên rất mừng vui khi được gặp lại Ôn sau mấy mươi năm. Vừa gặp hai Sư bà, Ôn đã nói ngay: "Để mấy cô có thời gian học, đừng có bận bịu đám xá cúng kiếng, có gì tui chịu." Ôn về rồi, Sư bà gọi con lên phòng dạy: "Con phải cố gắng học đừng để Ôn buồn, từ xưa đến giờ Ôn chưa bao giờ làm vậy. Ôn nhỏ tuổi thua Sư, nhưng Ôn như là thầy của Sư."

PHÉP LẠ CỦA GIÁO DỤC

Đối với Ôn, giáo dục vẫn là sự ưu tiên hàng đầu. Trong Huyền Thoại Duy-Ma-Cật, Ôn đã nêu câu chuyện về thanh niên cư sỹ Kevaṭṭa để nói về phép lạ của giáo dục: "Có lần, thanh niên cư sỹ Kevaṭṭa đề nghị Phật dạy cho các tỳ-kheo thần thông biến hóa, như vậy có thể thu phục đức tin của nhiều người hơn bằng phép lạ siêu nhiên. Đức Phật từ chối. Ngài chỉ xác nhận một phép lạ thôi. Đó là giáo giới thị đạo, tức là phép lạ của sự giáo dục. Không ích gì khi có khả năng biến hóa một người tí hon thành khổng lồ, làm thân hình bốc lửa các thứ. Chỉ đáng tán thưởng, khi phép lạ là khả năng biến một con người hung ác thành một bậc Thánh từ tâm quảng đại."[3]

Cô ni nhỏ ngày nào đã dần lớn lên trong tâm yêu thương và sự thiện xảo dạy dỗ của Ôn. Rồi con cũng hiểu được phép lạ của giáo dục, rồi con cũng hiểu được vì sao Ôn nói "có thiên tài âm nhạc, thiên tài toán học, thiên tài này thiên tài kia, nhưng không bao giờ có thiên tài giáo dục."

Ngày nay khi con biết nghĩ đến trách nhiệm của mình thì Ôn đã ra đi. Không còn Ôn hướng dẫn, muốn làm gì con đều phải tự mình. Tự

---

[3] Tuệ Sỹ, *Huyền Thoại Duy-Ma-Cật* (TP HCM: Nhà Xuất Bản Phương Đông, 2007), 88.

mình học kham nhẫn. Tự tu luyện chính mình. Sau khi Ôn tịch, chỗ nương tựa duy nhất của con là những trước tác và dịch phẩm mà Ôn để lại.

DI SẢN TRÍ TUỆ VÀ TƯ TƯỞNG

Mỗi khi nhớ Ôn, con lần giở các bài kinh trong A-hàm ra đọc. Mỗi khi cần trưởng dưỡng Bồ-đề nguyện và Bồ-đề hành, con đọc Thắng Man Giảng Luận, Du-Già Bồ-Tát Giới. Mỗi khi cần nhắc nhở về lý tưởng sống đạo, con đọc Duy-Ma-Cật Sở Thuyết và Huyền Thoại Duy-Ma-Cật. Mỗi khi cần thưởng thức một tuyệt tác khảo luận văn học-mà ở đó thi ca, văn học, triết học và thiền học như hoà lẫn vào nhau-con đọc Tô Đông Pha Những Phương Trời Viễn Mộng. Mỗi khi cần tìm về những 'phương trời viễn mộng', cần lần theo dấu vết "lưng trời cánh hạc đi về hoàng hôn", con đọc Giấc Mơ Trường Sơn, Thiên Lý Độc Hành, Ngục Trung Mị Ngữ.

Nếu Huyền Thoại Duy-Ma-Cật và Thắng Man Giảng Luận là những bản nguyện ca của tâm chứng ngộ, thì Tổng Quan Về Nghiệp và Thiền Định Phật Giáo lại là những tác phẩm nghiên cứu Phật học hàn lâm, mà ở đó người nghiên cứu Phật học nghiêm túc nhìn thấy Ôn trên cả ba lĩnh vực: nhà tư tưởng, nhà nghiên cứu và nhà giáo dục.

* TỔNG QUAN VỀ NGHIỆP

Tác phẩm Tổng Quan Về Nghiệp là một tổng hợp khoa học, tôn giáo và triết học. Với kiến thức Phật học uyên thâm cộng với sự thành thạo nhiều cổ ngữ và sinh ngữ, cũng như sự thông thạo cả hai luồng tư tưởng Đông Tây, Ôn đã tổng hợp, đã dựng lại toàn bộ văn minh tư tưởng của nhân loại qua khảo luận dày công này. Chủ đề về nghiệp được bàn từ nhận thức phổ thông quần chúng, đến tư duy triết học và tôn giáo; từ sự tương đồng giữa nghiệp với Vật lý cổ điển, Cơ học lượng tử, Tâm phân học và Khoa học não, đến nghiệp trong giáo nghĩa A-hàm cho đến các bộ phái luận thuyết. Đặc biệt phần ba của sách: "Nghiệp luận A-tì-đạt-ma", nghiệp được bàn một cách chi li, từ 'Thể tính của nghiệp' đến 'Luật nghi và nghiệp đạo' cho đến 'Nghiệp và nghiệp quả', qua đó người học Phật sẽ hiểu nghiệp trong mối tương quan: nghiệp-ký ức-tự ngã-chủ thể luân hồi; hay nói cách khác, sau khi tạo tác, nghiệp được tích lũy và tồn tại như thế nào để cho quả trong nhiều đời sau.

Câu Phật ngôn khó hiểu, khó chấp nhận, cũng như khiến các luận sư hàng đầu của các học phái Phật giáo nỗ lực không ít để lý giải: "*Có nghiệp được tạo tác, có quả dị thục được lãnh thọ, nhưng không có người tạo tác, không có người lãnh thọ*" đã trở nên dễ hiểu qua vấn đề đồng bộ não mà Ôn đã bàn luận ở phần "Tâm phân học và Khoa học Não". Ngoài ra, Ôn cũng đề cập đến các thí nghiệm đo đạc của các nhà khoa học não trên các hành giả thiền để lấy đó "*làm cơ sở khoa học cho lý giải quá trình chuyển đổi nghiệp: thay đổi tâm để thay đổi não, thay đổi não để thay đổi hành vi ứng xử, như trong các trường hợp thọ giới, trì giới và phá giới.*"[4]

Ôn là một bậc thầy cấp tiến, đã tiên phong trong việc đưa những tiến bộ của khoa học phương Tây đến gần với nền minh triết phương Đông. Ôn gợi mở một hướng nghiên cứu mới khi liên hệ nghiệp với ký ức: "*Toàn bộ quá trình ký ức này, từ nhập liệu cho đến truy xuất, hoàn toàn tương ứng với quá trình tạo tác, tích lũy và cho quả của nghiệp.*"[5] Ôn tiếp thu những lợi ích của khoa học hiện đại, nhưng cũng không quên nhắc nhở về những giới hạn khó vượt qua của nó trong vấn đề lý giải nghiệp: "*Trong thế kỷ hiện tại, với sự phát triển nhanh chóng của khoa học não, cơ chế vật lý của ký ức được lý giải một cách thuyết phục, tuy vẫn còn nhiều mong đợi, nhưng cơ chế đó tự động hoàn toàn như một bộ máy, hay có sự chi phối của những yếu tố phi vật chất, như ý thức chẳng hạn, vẫn chưa có lý giải nhất trí. Cơ chế vật lý được lý giải bởi khoa học não cũng chỉ là những kết quả quan sát, thí nghiệm, đo đạc trên thân thể vật lý này và chỉ trong đời này. Khi thân này rã, ký ức được tàng trữ trong thân vật lý này cũng biến mất theo. Nếu giả thiết, ngoài cơ chế vật lý của ký ức, còn có sự tham gia của một yếu tố phi vật chất, không nhất thiết là ý thức, để lấy đó làm cơ sở tiếp cận đến vấn đề nghiệp tích lũy, cho đến trong đời sau được xử lý để cho quả dị thục của nó. Phương pháp tiếp cận này không phải là bất khả, nhưng khả tín đến mức nào, còn tùy thuộc nhiều yếu tố.*"[6]

---

[4] Tuệ Sỹ, *Tổng Quan Về Nghiệp* (Đà Nẵng: Nhà Xuất Bản Đà Nẵng, 2021), 62.

[5] Tuệ Sỹ, *Tổng Quan Về Nghiệp*, 307-308.

[6] Tuệ Sỹ, *Tổng Quan Về Nghiệp*, 309.

Dường như vẫn lo ngại người đọc còn lúng túng trong nhận thức, Ôn thêm vào phần phụ luận: "Ký ức và Nghiệp" với những ví dụ thiết thực trong đời sống để lý giải cho câu "*có tác nghiệp nhưng không có tác giả*": "*Ngày nay, một người đi đến một máy ATM, ra lệnh xuất tiền, máy làm theo lệnh đúng với số lượng yêu cầu, và mọi người biết rõ, trong đó không có một con người thường trực ngồi đó để xuất tiền theo lệnh, cũng không có một cái gì gọi là ý thức được cài trong đó. Vậy thì, có hành vi làm mà không có con người làm, cũng như có tác nghiệp nhưng không có tác giả. Tuy nói vậy, lý giải này còn xa vời mới được chấp nhận. Vì sao? Cũng còn xa mới có câu trả lời. Bởi vì, kinh nghiệm không thể phủ nhận, rằng tôi nhớ hôm qua, ngày trước, những năm tháng trước, tôi làm gì. Cái tôi trước đó và cái tôi này là một, dù thân thể của tôi có thể đổi khác.*"[7]

Ngoài ra, Ôn còn nêu ví dụ về quá trình xông hương để giải thích về quá trình huân tập tự ngã để chúng ta dễ liên tưởng và tư duy: "*Như vách tường, hay những vật có khả năng hấp thụ hương và khói, được xông thơm hay xông thối; thường xuyên được xông hương hay xông thối, càng lúc nồng độ của mùi ngửi càng tăng, cho đến khi không còn vật xông, mà vật hấp thụ mùi xông vẫn phát sinh khả năng yêu hay ghét nơi người đến tiếp xúc. Khi hội đủ điều kiện, danh ngôn ấy hiện hành cùng với tâm thức yêu ghét.*"[8]

Như vậy, quá trình xông hương cũng đồng với quá trình tích lũy kinh nghiệm từ những gì đã từng thấy, từng nghe, thành ký ức để về sau hoài niệm, nhớ tưởng, hoặc buồn hoặc vui. Trong quá trình tích luỹ này, cái xuất hiện trước diệt, biến chuyển để thành cái sau, cái xuất hiện sau khác biệt với cái trước, tạo thành chuỗi tương tục. Chuỗi tương tục này là một quá trình huỷ thể liên tục, như khi hạt giống được gieo xuống đất, nó tự hủy và biến chuyển để thành cái khác, do đó xuất hiện mầm, chồi, cành lá, cho đến hoa trái, v.v...

NGOÀI HƯ KHÔNG CÓ DẤU CHIM BAY

Đến đây thì chúng ta đã rõ, nghiệp hay ký ức nói chung, và ký ức về Ôn nói riêng, mà con cũng như mọi người trong đây hoài niệm, nhớ

---

[7] Tuệ Sỹ, *Tổng Quan Về Nghiệp*, 310.

[8] Tuệ Sỹ, *Tổng Quan Về Nghiệp*, 342.

tiếc là gì, nó có ảnh hưởng gì đến tư duy, nhận thức và quá trình hình thành tự ngã-chủ thể của luân hồi sinh tử hay Niết-bàn tịch tịnh hay không. Rõ ràng, chúng ta không nắm giữ được thời gian, nhưng có thể kéo dài khoảnh khắc đến vô tận trong ký ức của chính mình. Ký ức, như vậy, có thể nhận chìm ta xuống biển sâu của nước mắt, và cũng chính ký ức ấy nâng tâm hồn ta lên. Và điều này tuỳ thuộc vào sự nhìn ngắm và quán chiếu của mỗi người.

Ôn đã ra đi nhưng di sản trí tuệ mà Ôn để lại lợi lạc đến ngàn sau.

"*'Năm chầy đá ngủ lòng khe*
Lưng trời cánh hạc đi về hoàng hôn.'[9]

80 năm qua, Ôn như cánh hạc cô độc đi về trong chiều tà rồi nắng quái, nắng quái rồi chiều tà. Rồi một ngày nọ, cánh hạc đã vút tầng không; chúng ta không còn nhìn thấy cánh hạc trong buổi hoàng hôn bay về núi nữa. Song, với những gì Ôn để lại-những trước tác dịch phẩm, phục hưng lại Công trình phiên dịch Đại Tạng Kinh Việt Nam mang tính hàn lâm quốc tế-cũng như ân đức giáo dưỡng của Ôn đối với bao thế hệ học trò, ký ức về Ôn trong tâm thức chúng ta, chúng ta có thể nói rằng, *"ngoài hư không có dấu chim bay"*[10] là điều khả dĩ.

Để kết thúc, con xin đọc bài thơ mà Ôn đã viết khi Ni sư Trí Hải viên tịch vào năm 2003. Bài thơ là tiếng vọng vô ngôn của Ôn-một bậc Đại sĩ tự tại đến đi. Bài thơ cũng nói thay chúng ta, nỗi niềm của những người ở lại:

"Cánh chim đã vượt qua vũng lầy sinh tử
Bóng nắng rọi lên dòng huyễn hóa
Thân theo tro tàn bay
Hoa trắng vỡ trên đại dương sóng cả
Sao trời chợt tắt giữa lòng tay
Sương còn đọng trên đầu cây lá
Đến rồi đi nước lững vơi đầy
Heo hút bờ hoang ảnh giả

---

[9] Thơ Ôn Tuệ Sỹ

[10] Thơ Ôn Tuệ Sỹ

Người sống mỏi mòn trong nhớ tiếc không khuây."

Chúng Hương Am, Quý Thu 2025

Thích Nữ Khánh Năng - Hạnh Thân

Tinh Hoa Thiên Cổ

VĨNH HẢO

1.
Chớm thu hiu hắt đồi hoang cũ
Lối mòn cỏ lấp dấu chân xưa
Người đi vạn dặm không tung tích
Để lại muôn lời rơi như mưa.

2.
Từng bước động vang trời kim-cổ
Mỗi lời trùm lấp hướng đông-tây
Lên non chạm đến vô biên xứ
Xuống đèo hoa trắng trùng trùng mây.

3.
Cỏ dại xanh rờn trên lá úa
Cây già sừng sững giữa non cao
Sư tử xa rừng im tiếng hống
Sấm động ngang trời, đất nghiêng chao.

4.
Trăm năm dội lại đời hưng-phế
Cổ lụy sơn hà nghìn dặm đau
Lữ thứ độc hành đường mây bạc
Phơ phất ven rừng chập chùng lau.

5.
Xao xuyến thương ai chiều thu quạnh
Lá úa năm rồi đã mục khô
Cùng với trăng sao nhịp thở dài
Vào dòng phổ độ kiếp trần ai.

6.
Bến không bàng bạc hoa trời rải
Lòng còn vương vấn việc mai sau
Đường dài chưa mỏi chân đại sĩ
Lão bệnh tạm dừng gót vân du.

7.
Tự tình không hổ trang kinh sử
Đạo phong, uy đức, tỏa muôn nơi
Tinh hoa thiên cổ lưu hậu thế
Cao vút tầng không hạc ngang trời.

(Kính dâng ân sư Tuệ Sỹ
nhân lễ Đại Tường của Người)

Ngọn Lửa và Ánh Trăng: Di Sản Tinh Thần Thích Tuệ Sỹ Giữa Khổ Đau và Giải Thoát

NGUYÊN THỌ TRẦN KIÊM ĐOÀN

"Đường xưa vẫn gió, trăng chưa từng tắt,
Người đi rồi, mà nắng vẫn trong veo."
TUỆ SỸ

Cuối tháng 11 - 2025, lễ Đại Tường Hòa thượng Thích Tuệ Sỹ sẽ được tổ chức tại Tu Viện Đại Bi, miền Nam California. "Lễ Đại Tường" (lễ giỗ hai năm sau khi một người viên tịch) không chỉ là nghi thức tang lễ, mà là một triết luận sinh diệt và siêu vượt của văn hóa và tôn giáo Á Đông, đặc biệt trong Phật giáo; nhất là khi nói đến một bậc cao tăng như Thầy Tuệ Sỹ lại càng mang nhiều ý nghĩa:

Trước hết là ý nghĩa nhân sinh: Là sự tiếp nối của tình người và đạo nghĩa. Đây là cột mốc chuyển hóa nỗi đau thành tri ân. Sau hai năm, tang thân (có cả tăng thân) và đồ chúng đã lắng dịu đau thương, thay vào đó là niềm biết ơn, kính trọng cũng như khát vọng tiếp nối đạo lý "uống nước nhớ nguồn". Người ra đi không mất, mà hiện hữu trong tâm tưởng, trong hành động thiện, trong hạnh nguyện của người ở lại.

Đặc biệt là theo tinh thần triết học Phật giáo mà Thầy Tuệ Sỹ đã suốt đời giảng dạy, Đại Tường là biểu tượng của vô thường và duyên sinh. Chết không phải là hết, mà là một chuyển động trong chuỗi tương tục của nhân duyên: "Sinh diệt diệt dĩ, tịch diệt vi lạc", khi mọi sinh diệt đều tắt, thì tịch diệt (Niết bàn) mới là an lạc đích thực.

Cái chết của bậc trí tuệ là sự trở về thể tánh, không còn bị ràng buộc bởi thân xác hay danh vọng mà chỉ còn lại ánh sáng của trí tuệ tâm từ.

Với đạo Phật, Đại Tường là dịp thực hành hồi hướng công đức cho người đã viên tịch, giúp hương linh (và chính mình) tiến gần hơn tới giải thoát. Đồng thời, giúp thức tỉnh tâm người sống để biết rằng mọi pháp hữu vi đều vô thường và con đường tu tập là cách duy nhất vượt thoát sinh tử. Sự tịch diệt của một bậc chân tu không phải là mất mát, mà là sự trở về với pháp giới. Do vậy, đối với một nhân vật như Thầy Tuệ Sỹ, Lễ Đại Tường không chỉ là lễ tưởng niệm, mà là một tuyên ngôn của trí huệ và đạo đức Phật giáo Việt Nam trong thời đại mới: *Biết buông bỏ vô minh, sống an nhiên giữa vô thường và tiếp nối ánh sáng trí tuệ bằng chính đời sống tỉnh thức của mình.*

ÁNH LỬA ĐẠI TƯỜNG TRONG TÂM ẢNH NGƯỜI RA ĐI

Một sớm mai có nắng mùa Đông ở Huế hay Sài Gòn, Paris hay California khói nhang trầm quyện vào tiếng chuông chùa Đại Bi, mường tượng từ tâm ảnh và hiện ảnh hàng chữ "Lễ Đại Tường Hòa Thượng Thích Tuệ Sỹ" tỏa lên như ngọn lửa và ánh trăng nhắc về một kiếp người tròn đầy trong vô thường.

Giữa không gian ấy, ta không chỉ tưởng niệm một vị cao tăng, mà còn tưởng niệm một ngọn lửa đã cháy trọn trong đêm dài của dân tộc và đạo pháp: một ngọn lửa từng soi đường cho bao thế hệ học Phật, viết Phật và sống Phật. Kỳ lạ thay, ngọn lửa ấy không thiêu đốt mà lại tỏa sáng bằng ánh trăng - ánh trăng rằm miên du của Tuệ giác. Ánh sáng lung linh ấy không chỉ chiếu soi một tấm thân đã hóa cát bụi, mà còn tiếp tục soi đường cho bao tâm thức đang đi trong đêm dài của thời đại.

Biểu tượng Thích Tuệ Sỹ là dòng sống giữa hai cõi: hiện sinh và siêu việt.

Một cuộc đời biểu hiện của hiện sinh khổ đau: tù ngục, khốn khó, bệnh tật, hoàn cảnh đầy thách thức... Nhưng trong cái khổ ấy lại là một tâm thức siêu việt an nhiên: "*Tự do không phải là trạng thái, mà là tâm thái.*"

Ở đây, triết học Phật giáo gặp gỡ triết học hiện sinh, tuy cùng đại lộ mà trên hai nẻo phân tâm - Sartre và Kierkegaard tìm tự do trong phi lý - Thích Tuệ Sỹ tìm tự do trong chân lý vô ngã. Lộ trình Tuệ Sỹ không chống lại khổ đau, mà xuyên thông qua nó. Không phủ nhận đời, mà sống giữa đời như một bài Tâm Kinh vô tự để từ đó đi vào "Tam Tâm Ấn": Từ bi - Trí tuệ - Tự do.

Từ bi trong hành động: dấn thân vì giáo dục, vì con người để hoằng dương chánh pháp.

Trí tuệ trong ngôn ngữ: triết luận hàn lâm, dịch thuật uyên bác, thi ca bay nhẹ vào đời như mây trắng tánh không.

Tự do trong tâm thức: vượt mọi áp bức, không vướng vào danh lợi, hình tướng hay quyền uy.

Trong tác phẩm Triết học về Tánh Không, Thầy viết: *"Không có cái Ta nào bị giam cầm, chỉ có vô minh tưởng rằng mình bị giam."* Tư tưởng này vẫn được xem là "dấu ấn triết học" của Phật học Việt Nam thời hiện đại: tự do như là tự tri; an trú trong chánh niệm. Bởi vậy, ánh trăng thiền vị trong thơ Tuệ Sỹ đã là một trời thơ. Đẹp quá!

Tuệ Sỹ không là một thi sĩ làm ra thơ mà thơ đã chính là tâm hồn thi sĩ nên thơ Thầy là một thiền khúc tâm ca vượt lối mòn và ước lệ thời đại.

"Một ngày nào đó / Trên vết chân người / Cỏ sẽ mọc xanh / Và mưa sẽ rơi."

Đó là lời của một người không tuyệt vọng, dù thân bị giam trong trần lao, tâm vẫn hòa vào hư không, như trăng soi qua song sắt.

Thơ Tuệ Sỹ là "thiền ca hiện sinh"; không nói vô ngã bằng triết, mà bằng hơi thở, bằng chữ nghĩa mềm mại, thong dong siêu vượt như hương khói nhang trầm.

VÀ ÁNH TRĂNG VẰNG VẶC TRONG TÂM THỨC NGƯỜI Ở LẠI

Đại Tường không phải là khép lại một kiếp người, mà là mở ra một kiếp sáng. Cuộc đời Thầy Tuệ Sỹ là minh chứng hùng hồn cho chân lý ấy. Thầy đã sống giữa hai cõi hiện sinh và siêu việt:

Ở cõi hiện sinh, Thầy chịu tù đày, đói khát, bệnh tật và cô đơn. Thân phận ấy, nếu nhìn bằng con mắt thế gian, là một bi kịch. Nhưng ở cõi siêu việt, chính trong khổ đau, Thầy tìm thấy con đường giải thoát như Thầy từng viết:

"Không có cái Ta nào bị giam cầm, chỉ có vô minh tưởng rằng mình bị giam."

Đó không chỉ là một phát biểu triết học, mà là một tuyên ngôn của tự do nội tâm - thứ tự do không thể bị còng trói bởi quyền lực hay xiềng xích. Nếu Sartre nói: "*Con người bị kết án phải tự do,*" thì Thích Tuệ Sỹ nói rằng: "*Con người giải thoát khi thấy rõ không có cái Ta nào để bị kết án.*"

Thầy đã đi xa, nhưng Tuệ vẫn còn ở lại.: Ở lại trong từng hơi thở của người học đạo, trong từng dòng chữ của Trang Nhà Hoằng Pháp - nơi Thầy đã gieo hạt giống khai minh, đối thoại và tự do. Ở lại trong những ai từng tin rằng Phật pháp không chỉ là giáo lý để tụng niệm, mà là ánh sáng soi đường trong những khúc quanh tối nhất của đời người.

Từ bi, không chỉ là lòng thương mà là dấn thân. Thầy không rút lui vào cõi thiền am tĩnh mịch, mà bước ra giảng dạy, viết, dịch, tranh luận, hoằng pháp - để ngọn đèn Phật học Việt Nam .không tắt giữa thế kỷ đầy biến động.

Trí tuệ, là cốt tủy trong từng trang kinh, từng luận thuyết. Từ Triết học về Tánh Không đến Đạo Phật và Con Người Hiện Đại, Thầy luôn đi tìm một lối vào Phật pháp bằng con đường khai phóng, nơi tri thức không đối nghịch với đức tin, mà nâng đỡ đức tin.

Tự do, là hơi thở cuối cùng của một đời người tu. Không tự do, thì đạo chỉ là khuôn phép; có tự do, mới có giác ngộ. Thầy từng nói:

"Không ai có thể hoằng pháp nếu chưa từng giải thoát khỏi chính mình."

Câu ấy, giờ đọc lại, như một lời gửi cho tất cả những người đi sau; những ai đang hoằng pháp trong kỷ nguyên hỗn mang của thông tin và ảo tưởng; rằng, điều quan trọng nhất không phải là nói về đạo, mà là sống được trong đạo.

Ngọn lửa Tuệ Sỹ đã cháy trọn một đời và chính vì cháy trọn, nên đã hóa thành ánh trăng. Ánh trăng ấy không bốc cháy dữ dội, mà soi đường cho từng bước chân hậu học trên con đường dài của Phật pháp và nhân sinh.

Trang Nhà Hoằng Pháp mà Thầy khởi dựng hôm nay vẫn còn đó, như một vườn trí tuệ đang nở hoa sau cơn mưa.

Những người ở lại, dù không đủ để nối gót, vẫn có thể giữ được ánh sáng khi vẫn khiêm cung lắng lòng trầm tư trong tịch lặng để chắt lọc pháp ngôn, xiển dương pháp thoại, sáng tác pháp tuệ, cung dưỡng pháp hành trong tương quan nghệ thuật với nhân sinh cho Đạo và cho Đời.

"Ta về trong bóng nguyệt xưa,
Nghe hoa vẫn nở như chưa hề tàn." **(Hồi quang)**

Thầy ơi!

Ánh trăng vẫn đó.

Và trong mỗi người còn lại, ngọn lửa của Thầy chưa bao giờ tắt.

Sacramento, thủ phủ Cali. Quý Thu 2025

Nguyên Thọ Trần Kiêm Đoàn

Hy Hữu Ngàn Năm: Thầy Tuệ Sỹ

NGUYÊN GIÁC PHAN TẤN HẢI

Nghĩ gì về Thầy Tuệ Sỹ? Nếu có ai hỏi như thế, tôi sẽ nói rằng tôi chưa thể hiểu tới một phần rất nhỏ những gì Thầy viết, mặc dù tôi vẫn đọc Thầy đều đặn. Cũng như một người đứng dưới chân núi, biết được những gì để dám nói về núi. Tôi không dám so sánh Thầy Tuệ Sỹ với bất kỳ ai, vì tôi không đủ kiến thức và trình độ để đối chiếu bất kỳ kho kiến thức và hành trình tu học của bất kỳ ai.

Tôi chỉ thực tế thấy rằng, nếu tôi có học một ngàn năm nữa, nếu tôi có cơ duyên học hàng ngày như hiện nay, tôi vẫn sẽ không hiểu hết những gì Thầy Tuệ Sỹ đã viết. Và nếu, giả như tôi có học đủ kiến thức những gì Thầy đã viết, tôi vẫn không thể có đủ tâm hồn thơ mộng như Thầy, người đã viết xuống những dòng chữ thơ mộng và thâm sâu trong thơ, văn, câu đối... Do vậy, với tôi, Thầy Tuệ Sỹ là ngàn năm hy hữu.

Trước tiên, xin nói rằng tôi đọc chưa hết các bộ kinh trong Tạng A Hàm, dù là đọc rất siêng năng. Tôi không hiểu Thầy Tuệ Sỹ lấy thì giờ đâu trong ngày để dịch như thế. Ngay cả khi bỏ ăn, bỏ ngủ, cũng không ai viết và dịch nhiều như thế. Thầy cũng không phân biệt bộ phái: Thầy đã dịch và chú giải nhiều Kinh Đại Thừa, các bộ luận và các sách về Thiền Tông. Nghĩa là, khi đọc lướt qua các nhan đề sách, tôi tin rằng Thầy Tuệ Sỹ hẳn là đã phải học chữ Hán, chữ Pali, chữ Sanskrit, tiếng Anh, tiếng Pháp, tiếng Đức... và phải học giáo lý nhà Phật từ nhiều kiếp trước, mới có thể dịch và chú giải nhiều như thế.

Có một điều ai cũng nghiệm ra rằng: hễ là học giả, thì làm thơ không hay. Vậy mà, định luật đó cũng có luật trừ. Thơ của Thầy Tuệ Sỹ đã được nhiều người dịch sang tiếng Anh, tiếng Pháp, nghĩa là thơ của Thầy rất tuyệt vời, mới có sức mạnh thu hút nhiều dịch giả như thế. Trong khi đó, một điểm rất đặc biệt, và hiếm gặp: văn xuôi của Thầy Tuệ Sỹ cũng thơ mộng dị thường. Và Thầy cũng đã viết những câu đối hay tuyệt vời, mà tôi thấy trong lịch sử Phật giáo Việt Nam chưa ai viết câu đối hay như thế. Tôi biết, nếu tôi học thêm một ngàn năm không ngưng nghỉ, tôi vẫn không thể viết những câu đối hay và mang nghĩa lý uyên áo như thế.

Tôi cũng nghiệm ra rằng, trong những bài Thầy viết về các bạn hữu, văn nghệ sĩ, thường là các lời giới thiệu đầu sách, chất thơ trong văn xuôi tràn ngập. Bạn có thể trích ra bất kỳ dòng nào trong các bài văn xuôi đó, và gọi là thơ được. Tôi đã kinh ngạc thấy như thế. Một sức mạnh cũng đặc biệt: những dòng chữ của Thầy Tuệ Sỹ toát ra một tâm từ bi dị thường, và ai cũng có thể cảm nhận được. Bao quát hết tất cả những gì Thầy viết, tôi nhìn thấy Thầy luôn luôn hoằng pháp trong cách riêng, trang viết nào cũng là pháp ấn của vô thường và vô ngã.

Một thí dụ, trong bài viết, dài hơn 1.200 chữ, về thơ Hoài Khanh, nhan đề "Lục Bát, thơ Hoài Khanh" Thầy Tuệ Sỹ đã viết câu nào cũng đầy chất thơ. Văn xuôi mà rất là thơ. Và đôi mắt Thầy Tuệ Sỹ nhìn thấy pháp ấn chư Phật hiện ra, nhà thơ Hoài Khanh, dòng thơ lục bát, ta và người chỉ là những hạt bụi ray rứt. Thế rồi hạt bụi này đọc thơ của hạt bụi kia trong dòng thời gian miên viễn.

Có thể trích, lời Thầy Tuệ Sỹ viết: "*Trong mỗi bài thơ, trong cả tập thơ, tôi nhặt từng* ***hạt sương****, mà chợt nghe lạnh buốt âm thầm, bởi đâu đó trong hoài niệm xa xôi, đôi mắt u huyền của một thời, một đoạn đời đã thành thiên cổ. Những hạt sương trong lòng tay chợt thoáng tan; dòng thời gian ngưng động, để đông cứng thành* ***hạt bụi, ray rứt****.*" (ngưng trích)

Từng người chúng ta chỉ là một hạt bụi, vài hạt bụi, hay chỉ là một nắm bụi tro biết ray rứt, Thầy Tuệ Sỹ đã chỉ ra pháp ấn chư Phật một cách thơ mộng, thay cho lời Kinh tụng truyền thống rằng chúng ta là những khối ngũ uẩn khô khan. Than ôi, Thầy Tuệ Sỹ giảng kinh thơ mộng tới mức như dường không phải là giảng kinh như thế, và cũng không cần níu tới những chữ Hán Việt khó hiểu như ngũ uẩn hay sắc với không, và rồi tất cả độc giả đều thấy ngậm ngùi rằng, vâng, chúng ta là những hạt bụi ray rứt.

Thầy Tuệ Sỹ tự nói về Thầy như thế nào? Thầy là hạt bụi, một nắm bụi tro, Thầy đã tự nhận như thế. Nhưng chúng ta đều biết rằng, không phải nắm bụi lung linh nào cũng đồng hạng với nắm bụi linh lung khác. Hình như, xin phép đoán, Thầy Tuệ Sỹ tự nói về Thầy khi viết về thơ của thi sĩ Viên Linh, trong bài "Lục Bát Viên Linh" - Thầy ghi rằng, trích:

"*Tôi đến từ một thế giới khác anh. Từ một thế giới thần tiên bị lưu đày, bước đi vô cảm trong thế giới xa lạ này; rồi nghe hơi thở từ thơ, - từ thơ anh hay từ Nguyễn Gia Thiều, Nguyễn Du, từ tiếng khóc oán hận của cung nữ hay từ giọt lệ tình yêu của người chinh phụ, chợt thấy viên đá cuội lăn lóc bên vệ đường, cũng chất nặng tình đời, yêu và hận.*

Hóa trang làm nhà triết học, tôi dẫm bước lần theo từng gác sách mấy tầng thư viện, thập thò trong các giảng đường mênh mông. Rồi máng áo nhà mô phạm, tôi lang thang trên các vỉa hè, với một nhà thơ, thật như điên mà cũng dường như tỉnh." (ngưng trích)

Đúng như thế. Thầy là từ một thế giới khác với thi sĩ Viên Linh. Thầy là một vị thiên tử từ cõi trời bị lưu đày để vào cõi trần gian, nơi mà tự Thầy thấy là xa lạ. Thế rồi Thầy hóa trang làm nhà triết học. Hóa trang, tại sao hóa trang? Phải chăng cõi này, chỗ nào cũng là hóa trang, vì thực tướng không gọi là Có hay Không. Thế rồi Thầy máng áo sư phạm, Thầy đứng lớp dạy. Rồi Thầy lang thang bụi đời. Và Thầy sống bất nhị với cõi thơ và cõi đời thực. Thầy Tuệ Sỹ viết, cũng trong "Lục Bát Viên Linh" ghi rằng Thầy là một thế giới thơ, không phải Một, không phải Hai, trích:

"*Thế giới thơ - cõi thơ, và thế giới thực của người làm thơ, không là một, và cũng không là hai. Buồn vui với chính mình, với tình đời và tình người, người làm thơ trong khoảnh khắc tan biến vào một thế giới hoang liêu. Đêm dài với ngọn đèn lu; ánh sáng điện đường với bến xe trống vắng. Có thể là như thế. Chỉ trong khoảnh khắc chìm đắm, và tan biến. Ta biến trong thơ để tính thể tồn tại của ta phơi bày như lãng tử bị ném vào một cuộc lãng du vô định và bất tận.*" (ngưng trích)

Trong bài "Đi..." dùng Thay Lời Tựa tập thơ *Trên tất cả đỉnh cao là lặng im*, Phạm Công Thiện, Hương Tích ấn hành tháng 5/2009 và tái bản 2013... cũng là một hình ảnh dị thường: một hạt bụi dị thường (Tuệ Sỹ) viết cho một hạt bụi dị thường khác (Phạm Công Thiện), chúng ta sẽ thấy một ngọn núi nói với một ngọn núi. Xin chú ý hình ảnh "hạt bụi" trong đoạn văn sau của Thầy Tuệ Sỹ, trích:

"*Anh đã ra đi từ đó, từ thời buổi hỗn mang. Trong từng khoảnh khắc sát na, từng quãng liên tục vi tế của* ***hạt bụi****, anh từ chối chính mình. Khi mọi người ca tụng anh như một thiên tài, anh vất bỏ thần tượng để đi như một tên lãng tử vô lại. Khi người đời khinh miệt, khi những người thân yêu thù ghét, căm hận, anh đốt lửa soi đường độc hành bằng ánh sao Mai lẻ loi.*" (ngưng trích)

Nhà thơ Tuệ Sỹ viết về nhà thơ Phạm Công Thiện bằng ngôn phong nhà Phật như thế: từng khoảnh khắc sát na, từng quãng liên tục vi tế của hạt bụi, nhà thơ từ chối chính mình... Đó, thế đó, thân tâm mình chỉ như hạt bụi, khoảnh khắc sinh diệt, để thấy mình liên tục là vô ngã (từ chối chính mình). Tới đây, tôi chợt nhớ tới một hình ảnh trong Kinh Phật: hành giả tự thấy mình như hạt mè xoay bất tận, vô thường trước gió trên đầu mũi kim. Nơi đây là không trụ, là vô trụ, hạt bụi lung linh trong cõi vô thường sinh diệt không ngừng. Để rồi, "*anh đốt lửa soi đường độc hành bằng ánh sao Mai lẻ loi.*"

Tuy nhiên, giữa những vô thường miên viễn ấy, Thầy Tuệ Sỹ đã chỉ ra một bầu trời trầm mặc bao la của vĩnh cửu, nơi tâm từ bi, nơi tình yêu thương thánh hóa tất cả nơi cõi này: Thầy bình luận về thơ mà y hệt như đang thuyết pháp. Chưa từng có nhà phê bình văn học nào có thể viết những dòng chữ rất tự nhiên và mang đầy sức mạnh của Kinh Phật.

Như trong bài viết nhan đề Đề Tựa Thi Tập Lá Cỏ (của Vũ Phan Long), Thầy Tuệ Sỹ viết, trích: "*Từ cái dấu chấm định mệnh của thời gian ấy, dấu chấm ở ngay khoảng giữa đôi mắt anh, tôi đã nhìn thấy, dưới những nếp gấp bình dị của thơ anh, của con người anh, và có lẽ của cả đời sống của anh nữa; dưới những tình cảm bình dị ấy, một bầu trời trầm mặc bao la của vĩnh cửu. Nhà thơ vẫn yêu loài người dù sống giữa hận thù và gian dối; vẫn yêu mặt đất dù sống trong sự đày đọa của áo cơm. Tình yêu và khát vọng vĩnh cửu, tâm tình muôn thuở của thơ là thế.*"

Nhưng tuyệt vời nhất, và tôi yêu thích nhất, càng đọc càng say mê, là những câu đối Thầy Tuệ Sỹ viết. Trọn đời Thầy, có lẽ đã viết khoảng vài chục câu đối, phần lớn do các chùa cung thỉnh, và câu nào cũng hay, cũng siêu xuất. Trong đó, tôi yêu thích nhất là hai câu đối Thầy Tuệ Sỹ viết cho Tu Viện Quảng Đức ở Úc châu. Ban đầu, Thầy viết hai câu chữ Hán, và sau đó Thầy dịch ra tiếng Việt. Nơi đây, xin phép trích hai câu đối trong bản dịch ra tiếng Việt:

- *Chốn cũ dặm dài man mác, bởi phế hưng xô dậy sóng cồn, chiếc lá thuyền nan, vá áo chép kinh đất khách*

- *Đức tu mấy bước mù xa, tợ sương sớm nắng hồng đọng bóng, hoa trời trăng nước, ngân hà dằng dặc quê cha*

Thầy Thích Nguyên Tạng giải thích cơ duyên như sau: "*Câu đối này hiện được trang trọng tôn trí tại Tổ Đường Tu Viện Quảng Đức Úc Châu. Cho dù hai câu đối ngắn nhưng Ôn Tuệ Sỹ đã gởi gắm trọn vẹn bức thông điệp của mình đối với hàng Tăng, Ni, Phật tử Việt Nam ở Hải ngoại: Cho dù thân đang sống trên những xứ sở Tây Phương hiện đại, đầy đủ xa hoa vật chất, nhưng mong rằng tất cả mọi hành giả nên an bần thủ đạo, thiểu dục tri túc, vá áo chép kinh trên đất khách và nhất là canh cánh bên lòng mình còn có một quê cha đất tổ bên kia bờ đại dương.*"

Tôi đã từng yêu cầu trí tuệ nhân tạo ChatGPT làm câu đối theo văn phong của Thầy Tuệ Sỹ, và AI không làm được câu đối nào hay tới 1/3 phần câu đối trên. Định lượng hiển nhiên là không thể chính xác, nhưng định tính là cảm xúc người đọc, và tôi không ngăn được cảm xúc khi đọc những dòng chữ của Thầy Tuệ Sỹ.

Nhìn chung, tôi có thể nói gì về Thầy Tuệ Sỹ? Tôi đã say mê đọc đủ thứ sách từ thơ ấu, đã say mê làm thơ từ khi học thể thơ lục bát trong thời trung học đệ nhất cấp (bây giờ là trung học cơ sở), và gần như trọn đời, hầu hết, là sống với chữ nghĩa, báo chí. Cảm nhận của tôi là: Thầy Tuệ Sỹ là ngàn năm hy hữu, có thể là chưa từng có ai như Thầy trong lịch sử Phật giáo Việt Nam, và có thể cũng là hy hữu ngàn năm khi so với lịch sử Phật giáo nhiều nước khác (do tôi không hiểu nhiều về lịch sử, nên không dám khẳng định gì với Phật giáo quốc tế).

Sau này, sẽ có người có thể giỏi hơn Thầy Tuệ Sỹ về ngôn ngữ, hoặc là họ sẽ học nhờ các công cụ như AI, nhưng sẽ không ai uyên bác và đa dạng về Kinh Phật nhiều tông phái như Thầy. Và trong tận cùng, sẽ không ai viết văn xuôi nhiều chất thơ như Thầy. Và rồi, trước đây chưa có, và tương lai cũng sẽ không ai viết được những câu đối làm tôi xúc động như Thầy đã viết.

Tôi còn một kỷ niệm rất riêng tư: khi chịu lạnh trong một ngày tuyết rơi ở tiểu bang Virginia trong năm 1980s, tôi tình cờ được tin về Thầy Tuệ Sỹ và Thầy Trí Siêu Lê Mạnh Thát ở quê nhà, nước mắt tôi trào xuống, không ghìm được. Thầy là hy hữu ngàn năm. Thực sự, không phải một ngàn năm, mà là rất nhiều ngàn năm.

Nguyên Giác Phan Tấn Hải

Bóng Tịch Liêu...

QUẢNG PHÁP TRẦN MINH TRIẾT

Trong một giấc mộng không khởi đầu, con thấy Thầy ngồi giữa thinh không. Lưng tựa vào một câu thơ chưa viết, mắt khép lại như chưa từng mở. Không phải đang thiền. Không phải đang nghĩ. Không phải vượt qua điều gì. Chỉ đơn thuần hiện hữu - một sự hiện hữu không còn nhu cầu hiện hữu.

Thầy - như chiếc bóng của người từng đi qua trăm mùa bão lửa - ngồi đó. Không như đạo sư. Không như thi sĩ. Không như hành giả. Chỉ như một khoảng trống tịch nhiên, nơi mọi danh phận đã rũ xuống như bụi vàng trên vai áo cũ. Thân hình gầy guộc tựa một nhành khô lạc giữa rừng u tịch. Nhưng kỳ lạ thay, từ nơi cằn cỗi ấy, một cơn gió từ bi vẫn âm thầm thổi qua. Không lời. Không tiếng. Không gượng ép. Như một hơi thở cuối cùng còn giữ lại nhịp đập cho cả nhân gian.

Với Thầy, cô liêu không phải là đơn chiếc, mà là cách sống trọn vẹn với vô thường. Cổ nhân nói: "Tri túc tiện túc, đãi túc hà thời túc." Và cái biết đủ ấy chính là Thầy vẫn ngồi đó - không cần Thế giới phải minh giải điều gì, không đòi Thời gian phải khép tròn cánh cửa.

Bấy giờ, cô liêu không là vắng bóng, mà là viên mãn. Là khi tất cả đã im. Tâm không còn lay. Trí không còn vọng. Khổ không còn níu. Lạc không còn gọi. Thầy ngồi - như một câu hỏi không cần ai trả lời. Như một bài thơ chưa viết đã là thơ. Như một hạt bụi an nhiên giữa gió - lặng lẽ.

Thầy con đã đi qua những vùng bão của lịch sử, những lằn ranh của niềm tin, những hốc tối của thân phận: thi sĩ, tù nhân, học giả, nhà sư - tất cả như những mùa lá đã rơi xuống mặt hồ mà không tạo một gợn sóng. Giờ đây, nơi Thầy ngồi, không còn tên gọi. Không còn ý nghĩa để bám víu. Không còn "tôi" hay "người". Chỉ còn sự vắng lặng đang nói thay.

Con không rõ Thầy đang nhìn về biển xa hay đang nhìn vào lòng mình. Cũng có thể không nhìn gì cả - vì "nhìn" là hành động của kẻ còn phân biệt. Với Thầy - như một đóa vô ngôn: không nở, không tàn - chỉ lặng lẽ thấm vào không gian như một vết tịnh không thể xóa mờ.

Trong truyền thống Phật giáo Việt Nam, hình ảnh một vị tăng già ngồi lặng nơi non cao không phải là sự bỏ trốn thế gian, mà là lời mời lặng lẽ để trở về - về với cái không cần chứng minh, không cần sở đắc, không cần gọi tên. Thầy ngồi - như một nén hương đã cháy hết hình, nhưng hương vẫn chưa tan. Hương ấy không thơm vì hoa. Không nồng vì lửa. Mà lan tỏa bởi thời gian...

Giờ đây, bóng Thầy ngồi đó như một ngọn núi giữa mênh mang vô ảnh. Nhìn vào, con không thấy Thầy - mà thấy chính mình. Thấy mọi ồn ào trong con rơi rụng dần như lá cuối mùa. Cô liêu - không là bóng đổ của đơn độc, mà là ánh sáng của một đời đã rời khỏi bụi trần.

Nếu có một nơi nào gọi là quê hương vĩnh cửu, thì có lẽ đó chính là nơi Thầy đang ngồi - giữa câu thơ chưa viết và bầu trời không còn ngôn ngữ. Và hôm nay, giữa nhân sinh vẫn còn mịt mù bụi đỏ, con ngồi lặng trước di ảnh Thầy như đứng trước một tấm gương không còn phản chiếu hình hài, mà chỉ phản chiếu tâm niệm.

Một phần nào trong con bỗng lặng xuống. Như có ai đó vừa đặt tay lên ngực mình - không nói gì - chỉ đặt một bàn tay ấm áp. Và như thế, vết thương đã thôi kêu gọi. Nỗi băn khoăn đã thôi vẫy vùng.

Thầy vẫn ngồi đó - không trên đỉnh đá. Không dưới tàn cây. Mà trong tận cùng của khoảng lặng vô ngôn. Bóng cô liêu ấy không hề lẻ loi, vì trong tịch mịch, Thầy đã trở thành người đồng hành của muôn tấm lòng hậu học.

Một đời Thầy ngồi lại để dạy chúng con biết cách bước đi. Một đời không nói để dạy chúng con lắng nghe tiếng tịch liêu.

Phương ngoại, tưởng kính Thầy - không có tràng hoa. Không với nén hương. Chỉ bằng một khởi tâm quay về - một tâm niệm không tìm, không níu, không vọng.

Phật lịch 2569 - Vô Trụ Xứ Am, ngày 7 tháng 7 năm 2025

Quảng Pháp Trần Minh Triết

Bóng Thầy

NGUYÊN MINH NGUYỄN MINH TIẾN

Phát biểu trong Lễ Đại tường tưởng niệm Giác linh Thầy
- Cố Trưởng lão Hòa thượng Thích Tuệ Sỹ
Tu viện Đại Bi, ngày 29 tháng 11 năm 2025

Nam-mô Bổn sư Thích-ca Mâu-ni Phật.

Kính bạch chư Tôn đức Tăng Ni,

Kính thưa quý thân hữu, đạo hữu và quý anh chị em trong Gia Đình Phật tử,

Cùng toàn thể đại chúng tham dự hôm nay, trực tiếp tại lễ đường này cũng như gián tiếp qua các phương tiện truyền thông toàn cầu.

Kính thưa liệt quý vị.

Trong không khí trang nghiêm nhưng vô cùng ấm cúng của Lễ Đại tường hôm nay, thấm đẫm đạo tình và đạo vị, con thật may mắn được Hòa thượng Trưởng ban, cũng như quý anh chị em trong Ban Tổ chức, cho phép được nói lên đôi lời cảm niệm trước Giác linh Cố Trưởng lão Hòa thượng, cũng là bày tỏ một phần nào những cảm xúc riêng để chia sẻ cùng đại chúng.

Trong phát biểu này, xin cho phép con được dùng duy nhất một tiếng THẦY để nhắc về Cố Trưởng lão Hòa Thượng, với tất cả những ý nghĩa sâu rộng, thành kính và thân thương nhất mà một người học Phật có thể dùng để nói về Thầy.

Kính thưa quý vị.

Chỉ cần nhắc đến Thầy, mỗi người trong chúng ta ở đây hôm nay hẳn đều nhớ đến rất nhiều kỷ niệm, nhiều ấn tượng khó quên. Bởi một đời hành đạo của Thầy, trong thực tế không chỉ giới hạn ở những không gian nơi Thầy hiện diện, ở những thời gian ta còn may mắn có thể đến bên Thầy. Vượt ra ngoài mọi không gian và thời gian đó, Thầy là cây cao bóng cả với tầm ảnh hưởng sâu rộng đến tứ chúng, đến khắp mọi tầng lớp Phật tử Việt Nam, ngay cả khi nhục thân của Thầy không còn nữa.

Điều này, mỗi chúng ta đều đã thấy rõ trong hơn nửa thế kỷ qua. Từ giảng đường Đại học Vạn Hạnh năm xưa, nơi ươm mầm tri thức và đạo hạnh cho nhiều thế hệ Phật tử, mà Thầy là một trong những bậc thầy gắn bó với trường; từ những ngục tù lao khổ thầy đã ung dung đi qua, hiển lộ đại hùng đại lực của bậc chân tu đạo hạnh, soi đường cho cả một thế hệ Phật giáo Việt Nam; và cho đến những giây phút cuối đời trên giường bệnh, Thầy vẫn gắn bó với công trình phiên dịch Đại tạng kinh và trọng trách điều hành Giáo hội. Thầy vẫn mỉm cười thong dong trước lúc ra đi, ngay cả khi xác thân hao gầy đớn đau vì bệnh tật.

Trong từng ấy tháng năm ngắn ngủi của một đời người, với biết bao thăng trầm lịch sử, những gì Thầy đã gieo vào lòng người, đã để lại cho hậu thế, cả về tinh thần cũng như vật thể, quả thật là không thể suy lường đo đếm hết.

BÓNG THẦY CHE MÁT CHÚNG CON[1]

Thầy như bóng mây che mát, ai trong chúng con cũng đều cảm nhận được bóng mát ấy khi có Thầy. Trong kinh *Pháp Hoa*, phẩm *Thí dụ Cỏ thuốc* nói về một vầng mây lớn che bóng khắp thế gian. Trong tâm tưởng riêng con, Thầy chính là vầng mây đó. Chúng con mỗi người một nơi, cách xa nhau hàng vạn dặm, nhưng trong những ngày Thầy còn tại thế, ai cũng cảm nhận được sự an ổn đến từ Thầy. Công việc khó khăn, cuộc sống nhiều bận rộn, đường đời gập ghềnh sóng gió, nhưng chỉ cần nghĩ đến Thầy, nghe được lời khuyên từ Thầy, thậm chí là chỉ cần nhớ về những lần được gặp Thầy, dường như đã quá đủ để chúng con thấy vững thêm niềm tin, được tiếp thêm năng lượng và

[1] Các tiểu mục chỉ được dùng cho bản in để dễ theo dõi.

cảm nhận ngay được sự ấm áp, an ổn trong lòng. Vì sao vậy? Vì ngay khi ấy chúng con nhớ lại rằng, giữa thế sự nhiễu nhương này, ánh từ quang của Phật pháp vẫn không ngừng tỏa chiếu từ một bậc thầy chân tu đạo hạnh.

Con nhớ có lần, đó là lần đầu tiên con lưu hành bản dịch kinh Đại Bát Niết-bàn, khoảng giữa năm 2009, con đã được Thầy đưa tay nâng đỡ lúc con cần đến nhất.

Sau gần mười năm kiên trì chuyển dịch, con rơi vào tâm trạng mừng lo lẫn lộn khi kinh Đại Bát Niết-bàn bắt đầu lưu hành. Là một cư sĩ với tri kiến cạn cợt, con chỉ vì sự thâm cảm với Giáo pháp mà dám bạo gan chuyển dịch bộ kinh đồ sộ này. Nhưng khi kinh bắt đầu lưu hành, lòng con lo lắng khôn nguôi, chỉ sợ mình không đủ khả năng diễn đạt Thánh ý, có thể làm sai lệch Giáo pháp. Ngay khi vừa xuất bản, con đã đến Già Lam kính dâng kinh lên Thầy. Chỉ một thời gian ngắn sau đó, khi con có dịp đến vấn an, Thầy bảo con: *"Tôi đọc phần Dẫn nhập rồi. Cách làm của anh như vậy là đúng, cứ như vậy là được."*

Hẳn Thầy không biết rằng câu nói ấy quan trọng biết bao đối với con khi ấy! Thầy đã nói ra một cách nhẹ tênh khi con đi bên Thầy, như thể chỉ là một trao đổi thân tình ngẫu nhiên. Nhưng con biết ngay điều đó không hề ngẫu nhiên. Thầy đã nói đúng vào điều cốt lõi mà con muốn trình bày trong phần Dẫn nhập, chính là phương thức mà con đã vận dụng xuyên suốt trong quá trình chuyển dịch. Và hơn thế nữa, Thầy tán thành với phương thức đó. Nhận xét khích lệ của Thầy đã cất đi gánh nặng ưu tư và thắp sáng niềm tin để con có thể vững tâm theo đuổi việc chuyển dịch kinh điển. Nhiều năm sau đó, con vẫn tiếp tục nhận được nhiều sự khích lệ từ Thầy, nhưng chính sự nâng đỡ ban đầu khi con đang cần đến nhất đã là động lực và niềm tin giúp con vững bước.

Con biết rằng nhiều anh chị em thân hữu khác cũng nhận được những lời khuyên, những bài học quý báu từ Thầy, trong những trường hợp riêng tư khác. Nhưng vượt trên tất cả, đời sống an nhiên và tấm gương đạo hạnh của Thầy chính là bóng mây che mát khắp mọi nơi, vì bất cứ ai trong chúng con cũng đều cảm nhận được.

Trong kinh *Pháp Hoa*, đức Phật ví Giáo pháp như cơn mưa đổ xuống từ vầng mây, tưới khắp thế gian, từ đại thụ cho đến những cây vừa, cây nhỏ... tùy theo nhu cầu đều được tươi tốt. Với riêng con, Thầy chính là vầng mây đổ xuống cơn mưa pháp. Những lời dạy trực tiếp từ Thầy, những kinh sách Thầy biên soạn, chuyển dịch, nhiều đến mức không ai trong chúng con có thể nghe qua, đọc qua tất cả. Thế nhưng mỗi người trong chúng con, bằng cách này hay cách khác, đều đã từng được tiếp nhận một phần, đều được nuôi dưỡng từ dòng sữa pháp ấy. Và không chỉ là những đại thụ, những cây vừa, cây nhỏ... được mưa pháp của Thầy tưới tẩm, thậm chí đến hạng cỏ dại ven suối như con cũng được thấm nhuần để xanh lá trổ hoa.

BÓNG THẦY PHÍA TRƯỚC SOI ĐƯỜNG CON ĐI

Thật vậy, khi bước chân vào khu rừng Phật học, con chỉ như khóm cỏ dại nằm ven suối. Bởi khi Thầy đứng trên bục giảng Đại học Vạn Hạnh thì con chỉ là cậu bé con đang học Trung học. Thế nhưng, đọc sách của Thầy, nghe các anh chị lớn kể về Thầy, con đã vô cùng ngưỡng mộ. Khi hình dung Thầy nhỏ nhắn như một chú tiểu nhưng đã đứng trên bục giảng Đại học, trí óc non nớt của con đã vẽ ra một bậc Thầy tuổi trẻ tài cao, siêu phàm xuất chúng mà con luôn ao ước được gặp. Rồi khi lớn lên, được tiếp xúc với những lời dạy của Thầy, qua các tác phẩm của Thầy, sự ngưỡng mộ của con càng tăng dần theo năm tháng. Từng bước học Phật của con về sau, dường như chưa bao giờ thiếu vắng sự soi chiếu từ hình tượng của Thầy.

Sau năm 1975, sách vở dần khan hiếm và Kinh sách Phật học cũng không ngoại lệ. Thế nhưng, thật kỳ diệu là những tác phẩm của thầy vẫn được nhiều người lưu giữ, những lời dạy của Thầy vẫn được âm thầm chia sẻ. Vì thế, không có gì đáng ngạc nhiên khi sau này con tiếp xúc với rất nhiều anh chị em trong giới học Phật, luôn thấy rằng các vị ấy đều ít nhiều chịu ảnh hưởng từ tư tưởng và hành trạng của Thầy. Với những lời dạy trung thực, thẳng thắn và giữ vững Chánh đạo trước thế quyền, Thầy quả thật là bậc Đạo sư (導師) theo đúng nghĩa dẫn dắt, soi đường. Trong suốt một thời gian dài khi xã hội suy vi tăm tối, chỉ riêng sự hiện hữu của Thầy đã như một ngọn đuốc soi đường dẫn lối trong đêm.

Trên con đường gập ghềnh nhiều lúc tưởng chừng như vô định bởi những biến chuyển thời cuộc, chúng con như luôn nhìn thấy hình bóng Thầy phía trước, giúp chúng con yên lòng đi tiếp. Nhiều người thuộc thế hệ chúng con còn giữ được niềm tin vào Đạo pháp, còn vững bước đi theo những lời dạy của đức Thế Tôn, chính là nhờ có sự soi chiếu dẫn dắt từ hình bóng Thầy. Thầy không chỉ dạy chúng con bằng lời nói, qua sách vở, mà còn bằng chính những biểu hiện thường nhật, ngay trong những việc làm tưởng như nhỏ nhặt của Thầy.

Mặc dù đã ngưỡng mộ và chịu ảnh hưởng của Thầy từ nhỏ, con còn nhớ phải đến khoảng cuối năm 1999 mới được trực tiếp gặp Thầy lần đầu tiên khi cùng đi với Đỗ Quốc Bảo. Hôm ấy, Thầy đã trò chuyện với chúng con suốt buổi sáng và con được dùng cơm trưa cùng Thầy trên căn gác nhỏ. Cuộc gặp gỡ ngắn ngủi nhưng để lại trong con nhiều ấn tượng mãi đến nay chưa phai mờ. Trong lúc chuyện trò, thầy đã nói khá nhiều về những kinh nghiệm dịch thuật, tra cứu. Phần lớn đều là những bài học, những chuẩn mực quan trọng mà đến nay con vẫn cố gắng hết sức để noi theo.

Con còn nhớ rất rõ, trong khi bàn luận về các vấn đề, Thầy đã thận trọng đi đến kệ sách, lấy ra đúng quyển sách đang đề cập và mở đúng đoạn cần trích dẫn để chỉ cho chúng con xem. Thầy làm tất cả những việc đó với sự chắc chắn và quen thuộc tự nhiên, như thể tất cả đều nằm sẵn trong trí nhớ siêu tuyệt của Thầy, nhưng Thầy vẫn tỉ mỉ đưa ra từng trang sách cho chúng con xem để chứng minh từng vấn đề.

Sự cẩn trọng thành nếp của Thầy đã ảnh hưởng rất nhiều đến phương thức tra cứu, dịch thuật của bản thân con cho đến tận bây giờ. Con thật may mắn, không chỉ được học ở những lời Thầy dạy, mà còn chính từ những thao tác nhỏ nhặt của Thầy. Có lẽ chính vì vậy mà cả một thế hệ trẻ đã chịu ảnh hưởng rất nhiều từ Thầy, không chỉ qua những lời dạy hay sách vở, mà còn là qua hình tượng của một bậc Thầy trí tuệ, nghiêm cẩn nhưng bao dung, gần gũi. Bất cứ ai đã từng biết đến Thầy đều dễ dàng cảm nhận được những phẩm tính này.

BÓNG THẦY ẤM ÁP QUANH CON

Sự bao dung, gần gũi của Thầy thể hiện rõ trong cung cách Thầy tiếp xúc với chúng con. Dù là một bậc Thầy lớn, ngay trong lần đầu tiên được gặp Thầy, con vẫn cảm nhận được Thầy đã dành cho con sự thân thương gần gũi, không hề cách biệt. Những năm sau đó, con được gặp Thầy nhiều hơn, có những lần Thầy còn bảo con nghỉ đêm lại Hương Tích để không phải chạy xe máy về vì đường quá xa. Nhờ vậy, con được chuyện trò, tiếp xúc nhiều hơn với Thầy. Lòng từ mẫn thầy dành cho con trước sau vẫn không thay đổi. Nhiều năm về sau khi đã đi xa, con luôn nhớ về những lần được gặp Thầy như những kỷ niệm êm đềm và ấm áp nhất trong cuộc đời mình.

Trong kinh *Pháp Hoa*, phẩm *Tín hiểu*, ngài Ca-diếp nêu ví dụ về ông trưởng giả sang quý, vì thương đứa con hèn kém, đã cởi bỏ những chuỗi ngọc và y phục tốt đẹp, mặc vào người y phục thô xấu để có thể đến gần dạy bảo con mình. Lòng từ mẫn của Thầy cũng không khác. Thầy đã từ bỏ hình thức uy nghiêm của một bậc đại tăng, gần gũi thân thiết cùng tất cả chúng con để có thể ân cần dạy bảo, khuyên nhủ. Mãi cho đến hôm nay, con vẫn còn chưa hết nỗi băn khoăn lạ lẫm mỗi khi nhớ lại những lần được gặp gỡ, thân cận bên Thầy. Con thật không dám nghĩ đến việc một bậc Thầy tôn nghiêm oai đức lớn như Thầy đã từ mẫn cho con cơ hội được ngồi cùng bàn, chia sẻ cùng một đĩa thức ăn, cho đến cùng ngủ nghỉ dưới một mái nhà. Sự thân thiết mà Thầy đã dành cho con đó thật vô cùng lớn lao. Thật trân quý biết bao, tâm từ mẫn của một bậc Thầy đối với hàng hậu học! Dù đã bao năm trôi qua con vẫn không quên. Mỗi khi nhớ đến Thầy, con vẫn như còn thấy được hình bóng ấm áp của Thầy luôn ở bên cạnh con trong những công trình con đang theo đuổi.

KẾT TỪ

Kính bạch Giác linh Thầy!

Thầy xuất hiện trong thế gian này là một duyên lành lớn lao và hiếm có đối với tất cả chúng con. Tám mươi năm trụ thế của Thầy, tưởng chừng như thật ngắn ngủi, không đủ để thỏa lòng khát khao Pháp nhũ của phàm phu chúng con, nhưng đã quá đủ để thắp lên ngọn truyền đăng bất diệt cho nhiều thế hệ hôm nay và mai sau.

Kính bạch Giác linh Thầy!

Thầy như bóng mây che mát chúng con, như cơn mưa tưới tẩm đất khô cằn!

Thầy như ngọn đuốc soi đường trong đêm cho những ai đang lạc lối!

Thầy như gió mát, như nắng ấm, như khí trời luôn hiện hữu quanh con. Vì cho dù Thầy đã đi xa, những lời dạy và hình bóng Thầy vẫn luôn ở lại cùng chúng con.

Như một dự cảm, trong lời giới thiệu cho sách Tây Vực Ký được Thầy viết không lâu trước khi viên tịch, Thầy đã để lại cho chúng con một di huấn mà mỗi khi đọc lại con vẫn còn chưa hết bùi ngùi. Hôm nay, trước Giác linh Thầy, con xin kính cẩn lặp lại di ngôn được ghi ở cuối *Lời giới thiệu* này. Chúng con nguyện vâng theo lời Thầy, sẽ luôn nỗ lực để "*tự mình tìm thấy con đường đi chân chính, vì an lạc cho chính mình, cho nhiều người, trong đời này và trong nhiều đời sau.*"[2]

Thành kính tưởng niệm Giác linh Thầy!

Nguyên Minh

---

[2] Trích nguyên văn lời Thầy trong Lời giới thiệu sách Tây vực ký, trang 35, Nhà xuất bản Liên Phật Hội, California, 2022. Đây là lời giới thiệu sách cuối cùng được Thầy viết trước khi viên tịch.

Im Lặng, Nói Năng Như Chánh Pháp

TÂM QUANG VĨNH HẢO

Có một thời, đất nước điêu linh, dân tình thống khổ, tuổi trẻ mất hướng, đạo pháp có nguy cơ bị lồng ghép, uốn nắn vào khuôn khổ nhà nước dưới quyền điều hành của một đảng phái chính trị thế tục, Sư lên tiếng phản đối.

Tiếng nói của Sư như tiếng gầm sư tử, chấn động sơn lâm, muông chim khiếp sợ. Nhà nước bắt giam, kết án tử hình Sư. Trong tù, trước tòa, Sư vẫn hiên ngang, biểu lộ dũng khí của một tử tù, một nhà tu xem tứ đại giai không.

Bản án tử hình của Sư do sự can thiệp của quốc tế cũng như sự vận động của các đồng đạo trong nước, ngoài nước, đã được giảm thành chung thân, rồi xuống 20 năm, rồi 14 năm, Sư được phóng thích.

Ra khỏi nhà tù, Sư liền vùi đầu vào việc giảng dạy, dịch thuật, sáng tác đồng thời tham gia công cuộc phục hoạt giáo hội. Giáo hội ấy đã bị cấm chỉ hoạt động từ hơn hai thập niên trước đó. Sư tiếp tục cất tiếng nói của kẻ sĩ, viết kháng thư và nhiều văn bản khác phản đối chính sách hà khắc, bất công của chế độ đối với dân tộc và đạo pháp.

Rồi từ ba nhân tố[1] cốt lõi của giáo hội, Hội đồng Lưỡng viện[2] được

---

[1] Ba vị lãnh đạo trụ cột của Giáo Hội Phật Giáo Việt Nam Thống Nhất là Hòa thượng Thích Huyền Quang (Phó Viện trưởng Viện Hóa Đạo), Hòa thượng Thích Quảng Độ (Tổng Thư ký Viện Hóa Đạo) và Thượng tọa Thích Tuệ Sỹ (thành viên Hội đồng Phiên dịch Viện Tăng Thống). Ba vị đều là những lãnh đạo cao cấp của giáo hội, từng bị tù đày, lao lý, quản thúc suốt từ năm 1975. Nhà cầm quyền luôn tìm cách cô lập, ly gián, dập tắt tiếng nói của ba vị nhưng không thành công.

công khai tuyên bố phục hoạt, tự khẳng định sự tồn tại của mình trong lòng đạo pháp và dân tộc. Nhưng đối với chế độ cầm quyền, đây như là một thách thức của một tôn giáo đối với quyền lực chính trị; do đó, chính quyền phải ra tay. Trước hết phải triệt hạ Sư và các vị đồng viện trong nước; tiếp đến là giải tán các giáo hội hải ngoại với thuyết âm mưu là có một lực lượng ủng hộ Sư nhằm đưa Sư lên làm lãnh đạo tối cao. Giáo hội từ đó bị thao túng bởi một cư sĩ hoạt đầu chính trị cùng một số vị tăng tham quyền, phe phái, đã phá nát, phân rẽ tổ chức từ trong nước ra đến hải ngoại. Từ lâu Sư vốn đã là một cái gai đối với chế độ cầm quyền, nay lại bị đồng đạo và các tổ chức chính trị tố giác như là một kẻ vì địa vị danh vọng mà quay lưng với giáo hội, thỏa hiệp với bạo quyền.

Từ đó, có một thời Sư im lặng. Sư rút về tĩnh thất, cặm cụi phiên dịch kinh điển và âm thầm đào tạo một thế hệ Tăng Ni trẻ với đầy đủ chánh kiến, ngôn ngữ, và kiến giải Phật học. Trong khi đó, trên thực tế sinh hoạt của giáo hội, cũng như trên các diễn đàn ảo và liên mạng xã hội, nhiều đồng đạo và các vị nhân danh chống chính quyền độc tài, đã vu khống, mạ lỵ, chửi bới Sư với những lời lẽ thâm độc, nặng nề, thậm chí lỗ mãng - đến nỗi người đọc tin có cảm tưởng như Sư lại bị đưa lên đoạn đầu đài để "tử hình" lần nữa, chỉ bằng ngôn từ xấu ác, tàn độc. Và đến nỗi, 163 nhà văn, nhà thơ và trí thức tự do ở ngoài nước, đã phải ký tên trong "Bản lên tiếng của văn nghệ sĩ tự do về trường hợp nhà thơ Tuệ Sỹ" vào ngày 26/10/2007, nhằm bảo vệ văn thi hữu của mình, bất kể vai trò tôn giáo của Sư:

"Hiến chương Văn Bút Quốc Tế (International PEN) minh định rằng, văn chương không có biên giới, không tùy thuộc vào các biến cố chính trị của các dân tộc... / hội viên văn bút chủ trương tự do báo chí và cũng cương

---

[2] Hội đồng Lưỡng viện gồm 2 viện là Viện Tăng Thống và Viện Hóa Đạo. Ngày 01/10/2003, tại Đại hội Nguyên Thiều (Bình Định), Giáo Hội Phật Giáo Việt Nam Thống Nhất công bố thành phần nhân sự của Lưỡng viện, trong đó HT. Huyền Quang được suy tôn Đệ tứ Tăng Thống (từ Đại hội triển khai tại Tu viện Quảng Đức, Úc châu ngày 10, 11 & 12/10/2003); HT. Thích Quảng Độ, Viện trưởng Viện Hóa Đạo; TT. Thích Tuệ Sỹ, Phó Viện trưởng Viện Hóa Đạo; cùng với hơn 30 vị tôn túc trong và ngoài nước, được thỉnh vào Hội đồng Giáo Phẩm Trung ương Viện Tăng Thống và Ban Chỉ Đạo Viện Hóa Đạo Giáo Hội Phật Giáo Việt Nam Thống Nhất Hoa Kỳ.

quyết chống lại việc lạm dụng tự do báo chí để đăng tải những tin tức không xác thực, ngụy tạo hoặc xuyên tạc sự thật với mục đích cá nhân hay chính trị.

Trong tinh thần đó, chúng tôi, những văn nghệ sĩ tự do, hết sức bất bình trước những thông tin có tính cách hàm hồ, võ đoán, từ một số báo chí, điện tử thư, diễn đàn tin tức liên mạng chính trị hay tôn giáo, qua đó, các tác giả hữu danh hoặc nặc danh, đã kết án, cáo buộc, xuyên tạc, nhục mạ văn hữu của chúng tôi là Tuệ Sỹ với những tội danh hoặc phẩm chất xấu một cách vu vơ không bằng chứng. Một trong những cáo buộc tâm điểm của chiến dịch vu khống xuyên tạc này cho rằng Tuệ Sỹ thỏa hiệp hoặc đi theo cộng sản, trong khi chính Tuệ Sỹ từng là một người cầm bút bất khuất, kiên cường cất lên tiếng nói của lương tâm để chống lại sự bạo ngược bất công của chế độ cộng sản, đến nỗi phải nhận bản án tử hình...

Trong khi Tuệ Sỹ vẫn còn sống trong nước, bị kiểm soát và bị giới hạn về ngôn luận thì ở hải ngoại, với quyền tự do phát biểu được hiến pháp bảo vệ, người ta đã dùng cái quyền cao quý ấy để công kích, chụp mũ, mạ lỵ ông một cách tàn nhẫn, không chút tiếc thương. Và trong khi một số báo chí, diễn đàn hải ngoại rầm rộ trong chiến dịch vu khống, triệt hạ uy tín của Tuệ Sỹ suốt nhiều tháng qua, người ta chỉ thấy ông một mực im lặng. Sự im lặng này có thể đối với ông là điều tự nhiên của một nhà tu trong hạnh nhẫn nhục, nhưng đối với những người cầm bút, chúng tôi thấy nó đã và đang trở thành cơ hội tốt cho những tâm địa xấu xa, tiếp tục phát ngôn bừa bãi, tấn công vào một người không phương tự vệ hoặc không có ý biện bạch bào chữa."[3]

Dù các văn nghệ sĩ tự do đã lên tiếng như thế, những người tỵ hiềm, đố kỵ, thù ghét Sư, vẫn tiếp tục xuyên tạc, vu khoát, tố giác Sư trên khắp các diễn đàn. Trong khi đó, Sư vẫn im lặng không một lời cãi chính, biện bạch, dù bằng đối thoại trực tiếp (với các vị đồng viện trong giáo hội) hay bằng một văn bản nào trên mạng xã hội. Sư lặng lẽ, chỉ lo việc dịch thuật, giảng dạy.

---

[3] Mời đọc toàn văn bản và xem danh sách các văn nghệ sĩ tự do nhiều thế hệ đã lên tiếng như sau:

https://www.vinhhao.info/Tapghi/Ban%20len%20tieng%20ve%20truong%20ho p%20nha%20tho%20Tue%20Sy.htm

Cho đến một ngày, sau hơn 14 năm im lặng (từ năm 2005 bị loại ra khỏi Ban Chỉ Đạo Viện Hóa Đạo mà không có một văn thư chính thức nào), Sư đã được Hòa thượng Thích Quảng Độ ủy thác việc điều hành Viện Tăng Thống Giáo Hội Phật Giáo Việt Nam Thống Nhất[4]. Bấy giờ, giáo hội chỉ còn mỗi HT Thích Quảng Độ sau khi ra Quyết định số 12, giải tán toàn bộ nhân sự của Ban Chỉ Đạo Viện Hóa Đạo[5]. Trước tình huống như vậy, Sư biết Sư là nhân tố cuối cùng, là kỳ vọng tối hậu của tiền nhân để thừa tiếp mạng mạch giáo hội. Sư không thể chối từ. Sư im lặng tâm lãnh sự ủy thác.

Vậy là, có một thời Sư lại lên tiếng. Lần này là lên tiếng cho sự tồn vong của giáo hội, và cho tương lai của Phật Pháp. Sư viết: "*Giáo Hội Phật Giáo Việt Nam Thống Nhất không phải là một hiệp hội thế tục, do đó, không tự đặt mình dưới sự chỉ đạo của bất cứ quyền lực thế tục, không là công cụ bảo vệ sự tồn tại của bất cứ xu hướng chính trị, của bất cứ tổ chức thế tục nào; không hành đạo, hoằng đạo theo bất cứ định hướng ý thức hệ nào; duy chỉ một định hướng duy nhất: Thập phương Bạc-già-phạm nhất lộ Niết-bàn môn; một cứu cánh duy nhất là giải thoát.*" Đây là sự trùng tuyên lập trường của giáo hội đồng thời tái định hướng cho các

---

[4] Ngày 24 tháng 5 năm 2019, HT. Thích Quảng Độ ban hành Giáo Chỉ số 14, nói rõ:

"Điều 2: Thỉnh cử Hòa Thượng Thích Tuệ Sỹ thay Tôi đứng đầu vào vị trí của Viện Tăng Thống, bảo đảm tiếp tục sứ mệnh của Giáo Hội Phật Giáo Việt Nam Thống Nhất trong tương lai. Tôi hoàn toàn tin tưởng và ủy thác trọng trách này cũng như trao toàn quyền cho Hòa Thượng Tuệ Sỹ điều hành mọi hoạt động của Giáo Hội.

"Điều 3: Bất cứ lúc nào, khi hội đủ điều kiện thuận duyên, Hòa Thượng Thích Tuệ Sỹ thay mặt Viện Tăng Thống triệu tập Đại Hội Bất Thường để bầu cử nhân sự mới cho tất cả các chức vụ trong Viện Hóa Đạo Giáo Hội Phật Giáo Việt Nam Thống Nhất."

[5] Quyết Định số 12 do Đức Đệ Ngũ Tăng Thống GHPGVNTN, ban hành vào ngày 25 tháng 11 năm 2018, với Điều 4 và Điều 5 như sau: "Điều 4: Giải tán mọi nhân sự và chức vụ trong Ban Chỉ đạo Viện Hoá Đạo nhiệm kỳ 2018 – 2020 quy định trong Giáo chỉ số 18 do Viện Tăng Thống ban hành ngày 8 tháng 8 năm 2018." "Điều 5: Trong thời gian chờ Viện Tăng Thống triệu tập Đại hội bất thường GHPGVNTN công cử nhân sự mới cho Viện Hoá Đạo, tạm ngưng mọi hoạt động của Viện Hoá Đạo cùng mọi nhân sự Ban Chỉ đạo quy định trong Giáo chỉ số 18 do Viện Tăng Thống ban hành ngày 8 tháng 8 năm 2018."

thế hệ Tăng Ni và Phật tử mai sau.

Với thân lão bệnh ở cuối đời, Sư để lại một di sản đồ sộ của văn hóa giáo dục và khơi mở công trình phiên dịch Thánh điển cho hàng hậu duệ nhằm tiếp nối sự nghiệp trí tuệ của tiền nhân, của tương lai Phật giáo Việt Nam.

Một đời 80 năm của Sư, nói năng như Chánh pháp, im lặng như Chánh pháp. Nói hay im cũng vì Phật Pháp, vì lợi ích của số đông. Không ngại lên tiếng trước bạo quyền dù phải đối diện với án tử hình; và kham nhẫn im lặng đối với đồng đạo, tôn sư dù phải chịu bao điều tiếng thị-phi, oan ức.

Có thể nói công hạnh như vậy là công hạnh của hàng Thánh giả.

Tâm Quang Vĩnh Hảo

Thiên Lý Độc Hành Tuệ Sỹ Ca

TÂM NHIÊN

Bồ Đề Đạt Ma lên tận đỉnh
Thiếu Thất ngồi chơi với mây trời
Tế Điên Huyền Giác thì xuống núi
Thõng tay vào chợ mở cuộc chơi

Thạch Đầu Hy Thiên nghêu ngao hát
Càn khôn vũ trụ rúng hồn nghe
Tuệ Trung Thượng Sỹ vung tay múa
Điệu Phóng cuồng ngâm khắp vỉa hè

Đầu sông cuối biển cùng bụi cát
Trang Tử tiêu dao rỡn khề khà
Quá tuyệt vời điên vui Bùi Giáng
Thiên lý độc hành Tuệ Sỹ ca

Cuộc lữ thiên thu vô trụ xứ
Không đến không đi giữa hiện tiền
Thiền sư thi sỹ cười tùy thuận
Như vầy như thế lẽ đương nhiên...

Tâm Nhiên

Thầy Tuệ Sỹ,
Người Nghệ Sĩ và Nhà Tu Thoát Tục

TÂM HUY HUỲNH KIM QUANG

"Ngược xuôi nhớ nửa cung đàn
Ai đem quán trọ mà ngăn nẻo về."
(thơ Tuệ Sỹ)

Quán trọ là cõi tạm thế gian. Nẻo về là Niết-bàn lộ. Từ quán trọ đến Niết-bàn, nói xa thì muôn trùng vạn dặm của ba A-tăng-kỳ kiếp, mà nói gần thì chỉ cách nhau trong đường tơ kẽ tóc của một móng tâm. Tâm khởi động thì ở quán trọ. Tâm tịch lặng thì là Niết-bàn. Khi khởi tâm "nhớ nửa cung đàn" thì đang ở quán trọ.

Nhưng hãy để ý chữ "nửa cung đàn" là cách ẩn dụ của nhà thơ Tuệ Sỹ. Nó diễn bày một cách tinh tế cảm thức siêu thoát của nhà thơ. Nhớ trọn cung đàn thì đó là thứ nhớ nhung bị vướng lụy của tình cảm phàm tình. Nhớ "nửa cung đàn" thì đó chỉ là dư âm lướt nhẹ qua tâm hồn rỗng lặng như cánh chim bay qua bầu trời xanh không để lại dấu vết gì.

Thầy Tuệ Sỹ là người nghệ sĩ siêu thoát, như có lần nhà bình luận văn học Đặng Tiến đã viết về thơ của Thầy trong bài "Âm trầm Tuệ Sỹ":

"Thơ bao giờ cũng phản ảnh ba tính cách: môi trường xã hội trong lịch sử; ngôn ngữ trong những biến chuyển với thời đại; và tác giả, qua đời sống hàng ngày; nhưng ở Tuệ Sỹ đời sống hằng ngày, ý thức và vô thức dường

như đã thăng hoa, thành một siêu thức. Ngôn ngữ do đó cũng siêu thoát, khó bề lý giải chân phương và đơn phương."

Thầy Tuệ Sỹ là một người có tâm hồn rất nghệ sĩ. Thầy yêu thơ và nhạc. Thầy viết trong bài "Lục Bát Viên Linh," giới thiệu tập thơ "Thủy Mộ Quan" của nhà thơ Viên Linh rằng, "*Không biết tự bao giờ, là thiên mệnh, hay là huyền sử, tôi đọc thơ và yêu thơ từ những chuyện lãng du.*"

Thầy biết chơi nhiều loại nhạc cụ như đàn piano, đàn violin, đàn guitar, và sáo. Tôi nghe nhiều người bạn kể rằng, Thầy Tuệ Sỹ học đàn violin từ một Linh mục là bạn của Thầy. Điều khá thú vị trong câu chuyện này là trước khi học thì Thầy và vị Linh mục có giao ước rằng, vị Linh mục dạy violin cho Thầy, còn Thầy thì dạy chữ Phạn cho vị Linh mục đó. Nhưng, trong khi Thầy đã học và biết chơi đàn violin thì vị Linh mục kia vẫn chưa học xong chữ Phạn. Thật ra thì chuyện này cũng không khó hiểu lắm, bởi vì Thầy bẩm sinh có năng khiếu về văn học nghệ thuật. Còn vị Linh mục được đào luyện trong truyền thống thần học La Tinh thì đối với cổ ngữ Sanskrit là hoàn toàn xa lạ.

Tôi còn nhớ vào giữa tháng 10 năm 2004, khi một vài học trò năm xưa của Thầy gọi điện thoại từ hải ngoại về hầu thăm vị ân sư của mình, Thầy Tuệ Sỹ nói rằng Thầy có ý định soạn các bản nhạc giao hưởng (symphony) Phật Giáo để cho trình diễn. Rất tiếc, vì Thầy bận nhiều công việc dịch thuật, giảng dạy và Phật sự của Giáo Hội, rồi sau đó thì bệnh duyên kéo đến nên Thầy đã không làm được. Một cách nào đó, đây là một mất mát lớn lao đối với nền âm nhạc Phật Giáo Việt Nam. Quả thật như vậy, Phật Giáo chúng ta thiếu những bản nhạc giao hưởng lớn để trình diễn trong các đại lễ để góp phần vào việc hoằng pháp hữu hiệu hơn.

Thầy Tuệ Sỹ còn là nhà văn, nhà thơ trác tuyệt. Thầy viết nhiều truyện ngắn và làm nhiều bài thơ được nhiều người ưa thích. Hiện có mấy thi phẩm của Thầy đã được phổ biến như "Ngục Trung Mỵ Ngữ" (bằng chữ Hán, làm trong thời gian Thầy ở tù lần đầu vào cuối thập niên 1970s); "Giấc Mơ Trường Sơn" (gồm vài bài thơ Thầy làm trước năm 1975, còn hầu hết đều được làm sau năm 1975); "Những

Điệp Khúc Cho Dương Cầm" (được xuất bản vào năm 2009); "Thiên Lý Độc Hành" (được Thầy làm trong khoảng những năm 2011 và 2012). Thầy còn viết một tác phẩm nổi tiếng về nhà thơ Tô Đông Pha ở thời Nhà Tống của Trung Hoa là cuốn "Tô Đông Pha Những Phương Trời Viễn Mộng."

Nhắc đến tác phẩm "Tô Đông Pha Những Phương Trời Viễn Mộng," tôi nhớ đến bài viết "Cụ Quách Tấn, cụ Đào Duy Anh và thầy Tuệ Sỹ" của Thầy Phước An. Trong đó Thầy Phước An kể lại chuyện nhà thơ Quách Tấn đã có lần nói về tác phẩm này rằng, "*Tôi nhớ có một lần ông [Quách Tấn] đã nói với tôi rằng, ở Việt Nam có hai tác phẩm viết về Tô Đông Pha (một đại thi hào nhà Tống của Trung Quốc), một của Nguyễn Hiến Lê và một của Tuệ Sỹ. Nhưng theo ông, Nguyễn Hiến Lê chỉ mới đứng từ xa mà nhìn ngọn Lô Sơn, còn Tuệ Sỹ thì mới đích thực là kẻ đã vào được 'thâm xứ' ấy.*"

Cũng trong bài này, Thầy Phước An còn kể chuyện học giả Đào Duy Anh sau năm 1975 khi vào Nha Trang thăm nhà thơ Quách Tấn có hỏi cụ Quách Tấn là ông nên đến thăm ai, thì cụ Quách Tấn nói ngay là nên đến thăm Thầy Tuệ Sỹ. Nên cụ Đào Duy Anh đã leo núi lên Chùa Hải Đức ở Nha Trang để thăm Thầy Tuệ Sỹ. Thầy Phước An kể tiếp rằng, "*Khi tiễn Đào Duy Anh xuống núi, ông cứ đi một đoạn là dừng lại bắt tay anh Tuệ Sỹ, những cái bắt tay rất chặt. Cứ như vậy ông bắt tay cho đến khi xuống cuối dốc chùa mới thôi. Điều ấy chứng tỏ rằng Đào Duy Anh rất trân trọng về cuộc gặp gỡ này.*"

Nhà thơ Bùi Giáng vào năm 1969 đã có bài bình luận rất đặc sắc về bài thơ "Không Đề" của Thầy Tuệ Sỹ. Trong đó nhà thơ Bùi Giáng viết rằng, "*Nhưng ai có ngờ đâu nhà sư kín đáo e dè kia, không hề bao giờ có vướng lụy, lại còn mang một nguồn thơ Việt phi phàm? Một bài thơ "Không đề" của ông đủ khiến ta khiếp vía mất ăn mất ngủ.*" Bài thơ Không Đề như sau:

Đôi mắt ướt tuổi vàng cung trời hội cũ
Áo màu xanh không xanh mãi trên đồi hoang
Phút vội vã bỗng thấy mình du thủ
Thắp đèn khuya ngồi kể chuyện trăng tàn
Từ núi lạnh đến biển im muôn thuở
Đỉnh đá này và hạt muối đó chưa tan

Cười với nắng một ngày sao chóng thế
Nay mùa đông mai mùa hạ buồn chăng
Đếm tóc bạc tuổi đời chưa đủ
Bụi đường dài gót mỏi đi quanh
Giờ ngó lại bốn vách tường ủ rũ
Suối nguồn xa ngược nước xuôi ngàn

Thường chúng ta nghĩ rằng nghệ sĩ là người đa sầu đa cảm. Tất nhiên, đó cũng chính là ưu điểm của người nghệ sĩ mà người bình thường không có. Nhờ có tâm hồn nhạy bén, đa sầu đa cảm mà người nghệ sĩ dễ cảm xúc, dễ rung động trước mọi thứ xảy ra chung quanh mình để cho trái tim rung lên những nhịp điệu sáng tạo thành lời, thành chữ. Nhưng, đa sầu đa cảm cũng chính là tâm thức ủy mị, yếu đuối của người nghệ sĩ dễ bị nhận chìm trong vòng xoáy của buồn, vui, yêu, ghét, sầu, hận.

Thầy Tuệ Sỹ trong cuốn "Huyền Thoại Duy Ma Cật," một luận giải uyên áo về con người, tư tưởng và hành trạng của Bồ-tát Duy Ma Cật, đã viết về người nghệ sĩ như sau:

"Người nghệ sỹ nắm bắt thực tại bằng nhận thức mỹ cảm, nhặt vô biên trong một hạt cát, đón vĩnh cửu trong từng khoảnh khắc sát na. Chất liệu để ông làm rung động âm thanh tịnh lạc bằng chính những tiếng khóc, tiếng cười của mọi chúng sinh trong đau khổ hay hoan lạc, từ trên các tầng trời cao nhất của Vô sắc giới, cho đến cõi đọa đày thống khổ nhất trong địa ngục A-tỳ."

Là một nghệ sĩ biết rung động với tiếng khóc, tiếng cười, nỗi đau khổ và hoan lạc của chúng sinh thì không thể nói là không có tình cảm hay là tình yêu. Nếu không có tình cảm thì là gỗ đá chứ không phải là hữu tình, là con người. Ở thế gian, tình yêu không đơn thuần chỉ là tình trường nam nữ với lòng khát ái câu sinh, mà còn là tình yêu nét đẹp diệu kỳ của thiên nhiên, tình yêu cao cả trong mối quan hệ huyết thống gia đình và tình tự quốc gia dân tộc... Tình yêu của người mẹ dành cho con cái của mình là thứ tình yêu thiêng liêng và cao quý. Nó miên trường bất tận như dòng thác từ trên cao đổ xuống. Nó là chất liệu nuôi dưỡng những đứa con từ măng non đến trưởng thành. Thầy Tuệ Sỹ đã chỉ cho chúng ta thấy sự huyền diệu bất khả tư nghì của tình yêu trong cuốn "Thắng Man Giảng Luận" của Thầy:

"Tình yêu là cơn bão dữ nhận chìm con người xuống biển sâu của nước mắt, nhưng đồng thời tình yêu cũng là hương vị ngọt ngào nuôi lớn thánh thai của Bồ-tát. Trong ý nghĩa đó tình yêu được đồng nhất với Như Lai tạng, cái bào thai cưu mang để sinh trưởng những phẩm tính siêu việt của Như Lai, của những đấng Giác ngộ và Cứu thế. Nó bao gồm cả hai mặt, ô nhiễm và thanh tịnh.

"Cái nhìn của con mắt thịt không bao giờ có thể vượt ra ngoài hạn chế của không gian. Nhưng cái nhìn của con mắt tình yêu không hề biết đến những giới hạn như thế. Tình yêu có khả năng thực hiện những phép lạ, những thần thông biến hóa vượt ngoài ước lượng và hiểu biết của một tâm hồn khô héo.

"Làm sao người ta có thể nghe được những lời ru ngọt ngào của suối rừng, của gió núi, khi mà tâm tư không gợi chút xao xuyến của tình yêu?"

Như thế, tình yêu dù trong ý nghĩa thế tục hay thoát tục cũng đều là nguồn mạch bất tận cho văn học và nghệ thuật. Điều khác biệt ở đây là tâm thái nhà nghệ sĩ: động hay tĩnh. Động thì lụy mà tịnh thì thoát. Nhưng trong một ý nghĩa nào đó thì động và tịnh chỉ cách nhau trong một sát na tâm. Nhà nghệ sĩ khi nhìn thấu suốt vào bản chất động hay sinh diệt không dừng trụ trong từng sát na của tâm thì biết rõ chúng không có tự tánh, chúng là giả danh, là không. Như vậy, ở ngay trong cái động, nhà nghệ sĩ thấy cái tịnh. Cho nên trong Kinh Duy Ma Cật Sở Thuyết do Thầy Tuệ Sỹ dịch, ngài Duy Ma Cật nói rằng, "*Ngôn thuyết và văn tự đều là tướng của giải thoát.*"

Trong tiểu luận "Dẫn Vào Thế Giới Văn Học Phật Giáo," Thầy Tuệ Sỹ đã nói đến hai nền văn học Phật Giáo, đó là nền văn học của Phật Giáo Nguyên Thủy và nền văn học Đại Thừa. Theo Thầy Tuệ Sỹ, cả hai nền văn học đều lấy cảm hứng từ đời sống "cô liêu" của đức Phật và các vị tỳ-kheo làm chất liệu sáng tác cho các nhà nghệ sĩ Phật Giáo. Đó là đời sống "*Một bình bát với cơm ăn của thiên hạ. Một mình lẻ bóng lang thang trên khắp mọi nẻo đường*" (Nhất bát thiên gia phạn, cô thân vạn lý du). Trong cuốn "Dẫn Vào Thế Giới Văn Học Phật Giáo," Thầy đã viết:

"Rồi ra, hương vị của chánh pháp là gì? Chính là sự cô liêu ấy. Chánh pháp là dòng suối mát và ngọt của sự sống, rửa sạch tất cả những uế trược của cuộc đời. Bởi vậy, một tâm hồn khi đã chứng nhập chánh pháp, cũng trong và mát như dòng suối ngọt ấy. Kinh Pháp cú (Dhammapada) có câu: 'Ai đã từng nếm mùi vị cô liêu, người ấy càng ưa nếm hương vị của Chánh pháp.'

"Vậy ra, đời sống cô liêu không chỉ là con đường hành đạo, mà còn là kết quả của những hành vi đã rũ sạch mọi bất tịnh."

Thầy Tuệ Sỹ cũng cho biết rằng trong văn học Đại Thừa thì sự cô liêu ấy đã đạt đến "cường độ khốc liệt và cực đoan hơn," hay đó chính là sự "cô liêu tuyệt đối." Thầy viết trong "Dẫn Vào Thế Giới Văn Học Phật Giáo":

"Và cả nơi Đại thừa, nhưng với cường độ khốc liệt và cực đoan hơn: 'Nhất thiết vô úy nhân, nhất đạo xuất sinh tử'; tất cả các bậc Vô úy, không còn sợ hãi, chỉ có một con đường độc nhất phải đi là qua bên kia bờ của sự sống và sự chết. Qua bên kia bờ là chứng ngộ tính tịch diệt của Niết-bàn, nơi đây chính là thế giới của cô liêu tuyệt đối."

Nhà tu trên con đường thực nghiệm lời dạy của đức Phật để đạt đến giác ngộ và giải thoát cứu cánh đích thị là người có đời sống cô liêu cùng tận. Cô liêu ở đây không chỉ là một đời sống cô thân xa lánh những phồn hoa đô hội, những chỗ đông người, mà còn là trạng thái tịch lặng không còn các uế trược trong tâm, là một tâm hồn rỗng lặng. Như vậy, nhà tu cho dù đang sống trong lòng xã hội, hay giữa cộng đồng Tăng già đông đảo vẫn có thể thể nghiệm trạng thái cô liêu của tâm thức.

Cô liêu cũng là chất liệu bất tận cho sự sáng tạo văn học nghệ thuật nói chung. Với tâm tĩnh lặng này, người nghệ sĩ có được sự bén nhạy phi thường đối với tất cả mọi hiện tượng xảy ra chung quanh mình. Giống như tấm gương trong sạch có thể phản chiếu mọi vật lên đó một cách tự nhiên và trọn vẹn. Khi người nghệ sĩ đắm mình trong những giây phút sáng tạo tuyệt vời, chẳng phải là họ đang thể nghiệm sự cô đơn tận cùng trong tâm thức đó sao!

Nhà văn Ernest Miller Hemingway trong bài phát biểu khi nhận Giải Nobel Văn Chương năm 1954 đã nói rằng, "Viết lách, tốt nhất, là sống cô đơn." Và ông đã viết cuốn tiểu thuyết "The Old Man and the Sea" [Nhà văn Phùng Khánh dịch là Ngư Ông và Biển Cả] trong chuyến phiêu lưu cô đơn hiu hắc trên biển cả mênh mông.

Thầy Tuệ Sỹ đã viết trong bài "Lục Bát Viên Linh":
"Thế giới thơ - cõi thơ, và thế giới thực của người làm thơ, không là một, và cũng không là hai. Buồn vui với chính mình, với tình đời và tình người, người làm thơ trong khoảnh khắc tan biến vào một thế giới hoang liêu."

Cuộc đời của Thầy Tuệ Sỹ là một hành trình cô liêu. Từ nhỏ Thầy đã chọn cuộc sống độc hành trên con đường học đạo và tu đạo. Thầy tự học các thứ, ngôn ngữ, âm nhạc, thư pháp. Thầy tự nghiên cứu các triết thuyết từ Đông sang Tây. Thầy âm thầm và tận tụy không bỏ mất một chút thời gian nào để cống hiến khả năng xuất chúng cho công cuộc phiên dịch, diễn giải và trước tác Kinh, Luật và Luận.

Thầy Tuệ Sỹ đã thực hiện, hay nói cho đúng hơn là đã lịch nghiệm sự cô liêu tận cùng vào năm 2011-12 trong chuyến đi ngàn dặm xa xôi bằng đường bộ từ thị thành đến làng mạc và rừng núi hoang vu. Trên chuyến độc hành này, Thầy đã xin ăn như một khất sĩ, đã ngủ đêm trước cổng chùa hay trong miếu hoang nơi núi rừng cô tịch. Từ cuộc hành trình cô liêu này mà chúng ta có được tập thơ "Thiên Lý Độc Hành" của Thầy. Hai đoạn đầu của tập thơ này như sau:

Ta về một cõi tâm không
Vẫn nghe quá khứ ngập trong nắng tàn
Còn yêu một thuở đi hoang
Thu trong đáy mắt sao ngàn nửa khuya
Ta đi dẫm nắng bên đèo
Nghe đau hồn cỏ rủ theo bóng chiều
Nguyên sơ là dáng yêu kiều
Bỗng đâu đảo lộn tịch liêu bến bờ
Còn đây góc núi trơ vơ
Nghìn năm ta mãi đứng chờ đỉnh cao

Hình ảnh một lữ hành đứng trên đỉnh cao dõi mắt nhìn ra khắp vũ trụ pháp giới là hình ảnh một đạo sĩ thể nhập vào thế giới trùng trùng duyên khởi để rồi lập lại đại nguyện của Phổ Hiền Bồ-tát: Hư không hữu tận, ngã nguyện vô cùng.

Nói tóm lại, Thầy đã chọn cho mình một lý tưởng hành động như Thầy đã viết ra trong bài "Dẫn Vào Thế Giới Văn Học Phật Giáo":

"Nói cách khác, trong lý tưởng hành động, trước tiên Bồ tát phải quan sát để thể chứng tánh Không. Tức là, sự xuất hiện của thế gian như hoa đốm giữa trời, bản chất của nó không bị ràng buộc bởi ý nghĩa xuất hiện hay biến mất. Từ sở chứng đó, Trí tuệ không bị ràng buộc giữa hữu hay vô, và chính nơi đây là cứ điểm để Bồ-tát thể hiện tâm nguyện Đại bi của mình."

Bằng trí tuệ siêu thoát và tâm đại bi vô biên ấy mà Thầy đã sống cuộc đời nghệ sĩ và nhà tu một cách dung thông vô ngại. Ở nơi Thầy, nghệ sĩ và nhà tu không phải hai, không phải khác. Đó chỉ là hai diệu dụng trong một con người ưu việt và thoát tục.

Nhân lễ Đại Tường tưởng niệm 2 năm sau ngày Thầy viên tịch, xin viết những dòng chữ này để tỏ bày lòng tri ân sâu xa của một người học trò đã từng thọ ơn giáo dưỡng của Thầy.

Tâm Huy Huỳnh Kim Quang

Lễ Đại Tường - Nhớ Lời Thầy Dặn

BÀI PHÁT BIỂU TỰ TÂM - THẦM LẶNG, NHÂN LỄ ĐẠI TƯỜNG HÒA THƯỢNG TUỆ SỸ.*

NGUYÊN THỌ TRẦN KIÊM ĐOÀN

Hôm nay, 29 tháng 11 năm 2025, Lễ Đại tường Hòa thượng Tuệ Sỹ được long trọng cử hành trong đạo tình sâu lắng tại Tu Viện Đại Bi, Nam California. Không gian chánh điện trong mỗi tâm thức tịnh niệm như trầm lại, bởi mỗi người có mặt đều mang trong lòng một nén tâm hương tưởng niệm bậc Thầy khả kính: người đã sống trọn một đời vì Đạo, vì Dân Tộc, vì hơi thở trong lành của minh triết Phật giáo Việt Nam.

Trong giây phút này, hình ảnh Hòa thượng Tuệ Sỹ trong những buổi họp mặt trên Zoom, thời gian trước ngày Ngài viên tịch, lại hiện về rõ ràng trong ký ức của tôi. Nhóm chúng tôi chỉ là những người học Phật bình thường, lớn tuổi, tóc bạc, nhưng may mắn được nghe Thầy dặn dò về chương trình vận động hình thành một Hội Đồng Hoằng Pháp. Ngài nói, một cách bình dị mà sâu thẳm:
"Hoằng Pháp là đem Đạo vào Đời; là đem ánh sáng đạo Phật đến cho những người chưa biết Đạo; không phải là một cuộc múa chữ, chơi chữ của triết lý hàn lâm Phật học."

**Xin cám ơn TS. HT Tâm Thường Định Bạch Xuân Khỏe đã có nhã ý mời tôi phát biểu trong dịp Lễ Đại Tường Thầy Tuệ Sỹ tại Tu viện Đại Bi, nhưng giờ chót không cùng đi về Nam Ca-li dự lễ được nên xin gửi dòng tâm hương nầy nhờ đạo hữu nhiếp tâm tịnh niệm.*

Đó không chỉ là một lời dạy. Đó là di huấn tâm linh của một bậc minh triết nhìn thấy trước con đường mà Phật giáo Việt Nam phải đi, nếu muốn tiếp tục đóng góp vào nền văn hóa nhân bản và khai sáng của dân tộc.

MỘT LỜI DẶN THẤM THÍA TỪ HIỆN TRẠNG CỦA PHẬT GIÁO TRONG THỜI SUY THOÁI MINH TRIẾT

Lịch sử Phật giáo hơn 2.500 năm đã nhiều lần chứng kiến những thời kỳ mà "người đời đua nhau chơi chữ", biến Phật pháp - vốn là con đường giải thoát khổ đau, độ sinh cứu thế - thành rừng ngôn từ âm u trùng trùng khoa ngôn và khái niệm cao tột mơ hồ.

Không ít Phật tử chưa hiểu hết nghĩa lý cơ bản của vài bài kinh nhật tụng, nhưng giới trí thức học giả Phật học lại tranh nhau nói toàn chuyện đem kinh tạng Phật giáo tranh biện với kiến văn nhân loại cổ kim bằng những lời cao xa huyền bí; không tránh được hình thức phù phiếm xưng tụng nhau không tiếc lời; và vô hình trung, biến đạo Phật thành một hệ thống tri thức mịt mù đối với những người chỉ muốn tìm một nẻo sáng tâm linh.

Hòa thượng Tuệ Sỹ đã nhìn thấy điều đó, nên Thầy từng căn dặn:
Hoằng Pháp không phải là trình diễn kiến thức.
Không phải là thi thố thuật ngữ.
Không phải là khoe khoang triết học.

Hoằng Pháp là mở một con đường sáng, để ai cũng có thể đến gần Phật pháp, như người khát được uống nước giếng mát, như người mệt được ngồi dưới bóng cây. Càng mang được Phật pháp đến gần những người chưa biết pháp có dịp quan tâm, tìm hiểu, học hỏi càng tốt.

TINH THẦN "HOẰNG PHÁP MỚI" CHO THẾ HỆ TRẺ

Thế hệ trẻ Việt Nam hôm nay, dù trong nước hay hải ngoại, lớn lên giữa năm châu, giữa công nghệ, giữa một thế giới thay đổi từng giờ. Lớp trẻ thời hiện đại không đến với đạo Phật bằng những con đường mòn cằn cỗi của những năm xưa. Tuổi trẻ cũng như những tâm hồn trong sáng tìm cầu học đạo đang cần:

Một đạo Phật có tiếng nói nhân bản.
Một đạo Phật không giáo điều, không Phật nạn, Pháp nạn, Tăng nạn.
Một đạo Phật đi vào đời sống, chữa lành tâm thức, soi rõ hành động, mở rộng lòng từ, khai sáng trí tuệ.

Vậy, con đường hoằng pháp cho thế hệ trẻ phải là con đường của:

- *Ngôn ngữ giản dị:* Nói ít, nghĩa nhiều. Trực tiếp đi vào nỗi khổ và ước vọng của cuộc sống.

- *Minh triết ứng dụng:* Không phải triết học để thuyết giảng, mà là trí tuệ để sống được bình an hơn, tử tế hơn, rộng lớn hơn.

- *Tự do tâm linh:* Không dựng thêm hệ phái, phe nhóm, giáo quyền. Chỉ mở cửa cho người trẻ bước vào thế giới tự do sáng tạo và hiểu biết.

- *Tình thương và trách nhiệm:* Không xưng tán nhau, không tạo sương khói học thuật. Chỉ có lòng thương nhân thế và trách nhiệm với tương lai Việt Nam.

Nếu làm được như thế, lời dặn của Thầy Tuệ Sỹ từ những buổi họp Zoom cuối cùng sẽ không rơi vào khoảng không. Nó sẽ tiếp tục nảy mầm trong lòng những người đang tìm cách đem ánh sáng của Phật vào cuộc sống hiện đại.

LỜI TRI ÂN THẦY: NGƯỜI KHAI SÁNG VÀ DẪN ĐƯỜNG KHÔNG MỆT MỎI

Hôm nay, trong ngày Đại tường, khi thắp lên một nén tâm hương, tôi chỉ biết thầm cảm ơn Thầy, người đã không mang theo bên mình một chút danh lợi, chức tước, đã sống một đời thanh bạch, trí tuệ, kiên cường, đã chịu đựng bi thương lịch sử mà vẫn giữ được ánh đuốc trí tuệ và nụ cười trí huệ.

Con đường Thầy chỉ dạy vẫn còn đó:
Hoằng pháp bằng tâm, chữ chỉ là phương tiện.
Hoằng pháp bằng đời sống, lý thuyết chỉ là chiếc bè qua sông.
Hoằng pháp bằng ánh sáng của lòng từ, tri thức chỉ là ngọn đuốc.

Bài viết nhỏ này chỉ là một nén hương lòng của một người học Phật bình thường xin được kính dâng lên Giác linh Thầy; đồng thời, cũng xin gửi đến những anh em trí giả, học giả, văn nhân đang tiếp nối con đường phụng sự Phật pháp.

Nếu chúng ta giữ được lời dặn của Thầy Tuệ Sỹ, thì đạo Phật sẽ không lạc vào rừng chữ nghĩa, và người trẻ Việt Nam, trong cũng như ngoài nước, sẽ tìm thấy ở đạo Phật một nguồn sáng lương thiện, tươi mát và thiết thực cho đời mình.

Xin đảnh lễ Giác linh Thầy.
Xin tri ân lời Thầy dặn.
Xin gìn giữ ngọn đèn hoằng pháp cho hiện tiền và thế hệ mai sau.

Nguyên Thọ Trần Kiêm Đoàn

Nẻo Về

TÂM KHÔNG VĨNH HỮU

NGƯỢC dòng một mái chèo khua
XUÔI theo con nước bốn mùa đục trong
NHỚ thương nắng gió phiêu bồng
NỬA đêm ngục tối thong dong thơ thiền
CUNG trời hội cũ thiêng liêng
ĐÀN dây nhấn vuốt bao triền cái rơi...
AI đang nguỵ trá dòng đời
ĐEM xe lộng lẫy đưa người lên mây
QUÁN tri kiến Phật cõi này
TRỌ bao khuya nữa canh chầy vô thanh
MÀ sao thiên lý một mình
NGĂN trời vá đất, soi kinh khẩy đàn
NẺO trần uế trược mênh mang
VỀ nguồn thanh thoát hoa vàng ngát hương.

01/12/2023

Phật tử **Vĩnh Hữu Tâm Không**

Duy Tuệ Thị Nghiệp - Giáo dục Phật Giáo và "giáo dục hành động" qua nhân cách Tuệ Sỹ

TRÍ NHÂN

Giữa những nhiễu nhương, nhiễu loạn của thời đại, khi tiếng ồn của quyền lực lấn át tiếng nói của trí tuệ, vẫn có những bước chân lặng lẽ đi ngược dòng, như thể chúng ta đang nghe được một âm thanh khác - âm thanh của sự tỉnh thức. Không cần xuất hiện giữa những diễn đàn ồn ào, không cần tạo ra những lời tuyên ngôn rực lửa mà chọn cách đi vào thư viện, ngồi xuống trước trang kinh, rồi lặng lẽ mở ra cả một thế giới đủ sâu để định hình lại vận mệnh tinh thần của biết bao thế hệ.

Ở nơi ấy, giáo dục không còn là việc truyền đạt chữ nghĩa nhưng trở thành một một hành trình tỉnh thức thầm lặng, mỗi trang sách là một lần chuyển hóa, mỗi bài giảng là một dòng ánh sáng soi lại bóng tối đang trùm lên lịch sử. Người thầy bước vào lớp học như người gieo hạt, biết rằng hạt giống ấy có thể nảy mầm ngay hôm nay, hoặc phải chờ đến một thế kỷ sau mới trổ hoa. Nhưng vẫn gieo, vì đó là nghiệp của trí tuệ, là lời nguyện mà không cần phải thốt thành lời.

Trong sự trầm lặng ấy, nhân cách Tuệ Sỹ hiển hiện không như một triết gia, không như một nhà hoạt động mà là một người mang trên vai sứ mệnh duy nhất - dùng **giáo dục để giữ lấy phẩm giá của con người**, dùng trí tuệ để dựng lại niềm tin cho một thời đại đã kiệt quệ vì bạo lực và hoang mang. Thầy không tìm kiếm vai trò; chính các vai trò tìm đến Thầy. Thầy không bước lên sân khấu thời cuộc; chính thời cuộc buộc phải nghiêng mình trước bước chân của Thầy.

Từ điểm này, mà ta bắt đầu thấy rõ hơn ý nghĩa lời nói tưởng như bình thường:

"Bản thân tôi trước sau vẫn chỉ là nhà giáo dục, sự nghiệp suốt đời chỉ giới hạn trong những việc trước tác, phiên dịch kinh điển. Những khi cần đến kiến thức hàn lâm, Chư tôn Trưởng lão triệu tôi đến để thông diễn tôn ý cho bốn chúng đệ tử. Khi không cần thiết, tôi được phép trở về bản vị trong các giảng đường và thư viện."

"*Bản thân tôi trước sau vẫn chỉ là nhà giáo dục...*" là một sự tự nhận khiêm cung, cùng lúc là sự xác lập một con đường. Đó không phải con đường danh vọng, cũng không phải con đường quyền lực mà là con đường giáo dục như nghiệp, như sứ mệnh, như cách duy nhất để gìn giữ mạng mạch đạo và dựng lại nhân cách con người sau những đổ nát của thời đại.

Trong suốt cuộc đời, Thầy chưa bao giờ xem mình là triết gia, dịch giả, nhà tư tưởng hay biểu tượng. Tất cả, với Thầy, chỉ là những phương tiện để phụng sự. "*Chư tôn Trưởng lão triệu tôi đến để thông diễn tôn ý cho bốn chúng đệ tử.*" Ở đó, Thầy là người nối liền, nối từ kinh điển sang đời sống, từ lý tưởng sang hành động, từ tuệ giác sang sự thực thi của con người trong một thời đại biến động. Nhưng khi hoàn tất, Thầy lại lặng lẽ trở về "*bản vị trong các giảng đường và thư viện,*" như chiếc bóng của một người thầy suốt đời chỉ biết sống với trí tuệ và giáo dục.

Chính sự lặng thầm ấy làm nên nhân cách Tuệ Sỹ.

Và chính nhân cách ấy tạo ra một hình thái giáo dục Phật giáo mới: không chỉ giảng dạy, mà hành động; không chỉ truyền đạt, mà chuyển hóa; không chỉ mở mang kiến thức, mà khơi dậy tự do nội tâm để con người có thể đứng vững trước lịch sử.

"Duy Tuệ Thị Nghiệp" - bấy giờ ở nơi Thầy không phải một khẩu hiệu, mà là sự thực hiện trọn vẹn bằng đời sống.

Ở Thầy, giáo dục không đơn thuần là lớp học. Giáo dục là hành động, là dấn thân, là sự chịu đựng, là sự kiên nhẫn, là sức mạnh của một con người đã từng đi qua ngục tù, qua bức tường lịch sử, mà vẫn giữ nguyên khả năng nói lời hiền hòa, vẫn giữ ánh sáng lặng lẽ của trí tuệ.

Nhìn vào Thầy, ta thấy ba đặc điểm của giáo dục Phật giáo hiện hình trong một con người:

- Giáo dục qua trí tuệ - thâm nhập kinh điển, mở ra con đường giải thích và giải hoạt cho đương thời.
- Giáo dục qua nhân cách - lặng lẽ, bất khuất, không oán than, không kiêu hãnh, chỉ có sự trong sáng của tự do nội tâm.
- Giáo dục qua hành động - lấy đời mình làm phương pháp, lấy khổ nạn làm bài học, lấy nhẫn nại làm sức mạnh chuyển hóa.

Nhân cách ấy là minh chứng rằng trong giáo dục Phật giáo, hành động là hình thái rốt ráo của trí tuệ.

Và cũng từ đây, ta thấy rằng giáo dục đối với Thầy không bao giờ dừng lại ở sự truyền dạy "điều gì phải nghĩ", mà luôn mở ra một chân trời khác: "cách để thấy". Bởi một khi con người nhìn được bằng chính tuệ giác của mình, thì mọi khuôn mẫu áp đặt đều trở nên vô nghĩa. Chính vì vậy, Thầy không tạo ra môn đồ, không mong có tín đồ, càng không muốn có những người chỉ lặp lại lời Thầy. Thầy chỉ muốn có những con người *tự mình đứng thẳng bằng trí tuệ của chính họ*.

Đó là cốt lõi của giáo dục Phật giáo - và cũng là điều làm Thầy khác biệt với mọi hình mẫu trí thức của thời đại: Thầy không dẫn dắt bằng quyền uy, mà dẫn dắt bằng tự do.

Tự do trong tư tưởng. Tự do trong lựa chọn con đường. Tự do ngay cả với những gì Thầy đã nói, đã viết, đã dạy.

Ở Thầy, tự do không phải là khẩu hiệu chính trị hay một lập trường triết học. Tự do là một phẩm tính của trí tuệ, là hơi thở tự nhiên của người đã bước qua khổ nạn mà không mang theo hận thù. Nhờ đó, giáo dục của Thầy không chỉ làm người học thay đổi cách nghĩ, mà còn làm đổi khác cả khí chất của họ.

Không phải bằng những lời răn dạy gay gắt, mà bằng sự có mặt đầy bình an của một con người đã luyện mình qua lửa.

Và chính sự bình an ấy trở thành chuẩn mực mới cho người học không ồn ào nhưng lay động, không phô trương nhưng thấm sâu và không đòi hỏi nhưng khiến người khác tự soi lại chính mình.

Trong bối cảnh một đất nước nhiều thập niên bị xâu xé bởi ý thức hệ, bởi biến động chính trị và những dự phóng quyền lực, Thầy Tuệ Sỹ bước vào lịch sử bằng con đường tưởng như nhỏ bé nhất: một người thầy.

Nhưng đó lại là con đường duy nhất có sức mạnh cứu rỗi. Bởi mọi cuộc phục hưng - của văn hóa, của đạo pháp, của phẩm giá con người - cuối cùng đều khởi đi từ giáo dục.

Chính vì thế, khi nói "*tôi được phép trở về bản vị trong các giảng đường và thư viện*", Thầy không hạ thấp vai trò của mình, mà đang chỉ ra cội nguồn của mọi chuyển hóa: mọi cuộc cách mạng lớn nhất đều bắt đầu từ một thầy giáo đang lặng lẽ đọc sách.

Người ta thường nói lịch sử được viết bởi những người nắm quyền lực. Nhưng lịch sử tinh thần của một dân tộc - phần lịch sử quyết định chúng ta trở thành ai - luôn được viết bởi những người lặng lẽ như Thầy, những người giữ cho trí tuệ không bị mai một, giữ cho nhân phẩm không bị chôn vùi, giữ cho thế hệ sau còn có điểm tựa để đứng dậy.

Và cũng chính vì thế, giáo dục hành động mà Thầy để lại không mang dáng vẻ của một phong trào, cũng không mang hình thức của một chương trình. Nó chính là tấm gương của một đời sống - đời sống của một người tự do, một người trí tuệ, một người dám chịu đựng mọi bạo lực nhưng không bao giờ đánh mất ánh sáng nội tâm.

Trong ánh sáng ấy, ta thấy rõ hơn chân dung của người thầy, không phải người đưa ra những câu trả lời có sẵn, mà là người khai mở những câu hỏi mà con người cần mang theo suốt cả đời. Không phải người dẫn dắt đám đông, mà là người trao lại khả năng tự dẫn dắt cho từng cá nhân. Không phải người sống để được nhớ ơn, mà là người sống để gieo vào lòng người khác một hạt giống mà chính họ cũng không biết mình đã gieo.

Đó chính là giáo dục âm thầm, bền bỉ, nhưng mang sức mạnh định hình cả một thời đại.

Và nếu muốn đi sâu hơn vào tinh thần "Duy Tuệ Thị Nghiệp", có lẽ điều cần hiểu đầu tiên là trí tuệ không phải là kiến thức, mà là khả năng nhìn thế giới bằng một đôi mắt đã được rửa sạch bởi từ bi. Một trí tuệ không bị điều kiện hóa bởi hận thù. Không bị bóp méo bởi quyền lực. Không bị trói buộc bởi những định kiến lịch sử.

Trí tuệ ấy chính là nơi giáo dục trở thành hành động cao nhất - hành động không gây tiếng động, nhưng lại đủ mạnh để mở ra hướng đi cho bao thế hệ về sau.

Nhưng sức mạnh của giáo dục nơi Thầy không nằm ở những bài giảng, không nằm ở những chương sách, mà nằm ở cách Thầy đã sống. Một đời người có thể để lại nhiều tác phẩm, nhiều triết thuyết, nhiều công trình, nhưng chỉ rất ít người để lại được một đời sống có khả năng giáo hóa.

Có những trang viết của Thầy chỉ thật sự mở sáng khi ta biết chúng được viết trong những ngày tù ngục, khi bóng tối muốn bóp nghẹt mọi hy vọng mà Thầy vẫn giữ được khả năng viết bằng ánh sáng. Từ nơi tận cùng của khổ nạn, Thầy vẫn giữ ngữ điệu của một người tự do - tự do đến mức không một xiềng xích nào chạm được vào chiều sâu tư tưởng.

Chính ở đây, ta hiểu thêm về giáo dục hành động không phải hành động bên ngoài, mà là hành động của tâm thức, hành động của người quyết không để bóng tối bên ngoài làm hoen ố sự trong lành bên trong. Hành động ấy vô hình, nhưng là nền tảng cho mọi thay đổi hữu hình. Một bài giảng có thể thay đổi tư duy của người nghe. Nhưng một đời sống bất khuất và trong sáng có thể thay đổi cả thế hệ.

Và vì vậy, giáo dục nơi Thầy vượt khỏi khuôn khổ của một ngành học thuật để trở thành một cách hiện hữu, một phương thức làm người. Dạy học của Thầy không chỉ có mục tiêu "làm cho người học biết", mà là làm cho họ trở thành, trở thành những con người biết tự quán chiếu, biết chịu trách nhiệm, biết đứng thẳng trước nghịch cảnh mà không để lòng mình bị kéo xuống vực thẳm của oán hận.

Đi qua nửa thế kỷ biến động, bao thế hệ vẫn tìm thấy trong Thầy một nguồn an trú, không phải an trú của sự yên ổn, mà là an trú của trí tuệ; không phải an trú để trốn tránh, mà là an trú để đứng lại cho vững; không phải an trú của sự tách biệt, mà là an trú của người nhìn ra được con đường giữa hỗn mang.

Và điều khiến di sản giáo dục của Thầy trở nên bền bỉ chính là sự không-nắm-giữ của Thầy đối với di sản ấy. Thầy không bao giờ nói mình có một trường phái. Không bao giờ xác lập một hệ thống cố định. Không bao giờ áp đặt người học vào một mô hình đã định hình. Thầy chỉ trao một chiếc chìa khóa - rồi rút lui. Chiếc chìa khóa ấy là tự do nội tâm. Ai đủ can đảm thì mở cánh cửa. Ai đủ trí tuệ thì bước vào.

Bấy giờ, trong sự giản dị ấy lại chứa đầy sự thâm hậu của một người đã hiểu rằng mọi hình thức lãnh đạo chân chính đều phải bắt đầu bằng sự từ bỏ, từ bỏ quyền lực. Từ bỏ cái tôi muốn nắm giữ. Từ bỏ ảo tưởng rằng mình có thể dẫn dắt người khác đến giải thoát bằng chính lối đi của mình.

Bởi giáo dục mà không giải phóng con người khỏi sự lệ thuộc thì không phải là giáo dục. Và trí tuệ mà không đưa con người đến tự do thì không phải là trí tuệ.

Cho nên, "Duy Tuệ Thị Nghiệp" không những là lý tưởng của Thầy, mà chính là cách Thầy trao trả quyền làm người về lại cho từng con người. Một người học từ Thầy, khi bước ra khỏi giảng đường, không phải là người mang thêm kiến thức mà là người mang thêm khả năng đối diện với chính mình.

Đó là món quà lớn nhất - và cũng là di sản sâu nhất. Không phô trương. Không cần ghi công và, không cần nhắc tên. Nhưng lặng lẽ lan rộng, như ánh sáng thấm qua từng thớ đất sẫm, không ai nhìn thấy khoảnh khắc bắt đầu, nhưng ai cũng nhận ra sức ấm của nó khi chạm vào đời mình.

Thế nhưng, để hiểu hết chiều sâu giáo dục của Thầy, chúng ta còn cần phải nhìn vào một điều khác - điều mà ít người nói tới, nhưng lại là nền tảng của cả đời Thầy, giáo dục chính là phương thức cứu khổ của người mang hạnh Bồ-tát. Không phải cứu khổ bằng thần lực. Không phải cứu khổ bằng những lời tuyên bố lớn lao. Mà cứu bằng cách làm cho con người *tự thấy con đường ra khỏi khổ*.

Người thầy, dưới lăng kính ấy, không còn là người giảng bài, mà là người đánh thức, Đánh thức trí tuệ, đánh thức phẩm giá, đánh thức khả năng làm chủ đời mình.

Đó là lý do Thầy có thể đi qua những năm tháng nghiệt ngã mà không một lần để lòng mình bị làm cho đục. Không phải vì Thầy không đau, không tổn thương, không tuyệt vọng. Mà vì Thầy biết rằng nếu để bóng tối chiếm lấy mình, thì bất cứ điều gì mình nói, viết, hay dạy sau này sẽ không còn đủ sức cứu ai. Một người thầy mà trong lòng còn vướng hận thù thì chỉ có thể truyền đi thêm hận thù. Một người thầy bị ám ảnh bởi quá khứ thì không thể mở lối cho tương lai.

Vì vậy, sự nhẫn nhục của Thầy không phải là chịu đựng, mà là giữ cho ánh sáng không tắt. Sự im lặng của Thầy không phải là sợ hãi, mà là từ chối trở thành tiếng vọng của bóng tối. Và sự tự do của Thầy không phải là trái quả của may mắn, mà là trái quả của một đời tu tập bằng trí tuệ - trí tuệ không còn bị điều kiện hóa bởi hoàn cảnh.

Ở đây, ta bắt gặp hình ảnh của một người thầy vừa rất gần với thế gian, vừa đứng ngoài nó. Gần - vì Thầy sống trọn vẹn trong từng biến cố của dân tộc. Ngoài - vì Thầy không để tâm mình bị lôi vào những vòng xoáy của hận thù, tham vọng hay tranh đoạt.

Chính trạng thái "gần mà ngoài" này tạo nên sức thuyết phục lớn nhất của giáo dục Tuệ Sỹ: Thầy không kêu gọi ai đứng lên, nhưng sự đứng thẳng của Thầy khiến người khác muốn đứng thẳng theo. Thầy không dạy ai phải tự do, nhưng sự tự do của Thầy khiến người khác buộc phải suy nghĩ lại về chính chiếc lồng đang giam giữ mình. Thầy không khuyên ai phải can đảm, nhưng sự bình thản của Thầy giữa những hoàn cảnh tưởng như không thể chịu đựng được trở thành bài học về lòng can đảm đẹp nhất.

Cho nên, giáo dục của Thầy không tạo ra những môn sinh trung thành, mà tạo ra những con người tự do. Không tạo ra những người noi gương, mà tạo ra những người tự mình nhận ra bản gương trong tâm mình. Không tạo ra một thế hệ lặp lại Tuệ Sỹ, mà tạo ra một thế hệ đủ trí tuệ để không cần một Tuệ Sỹ thứ hai.

Và đó mới là dấu hiệu rõ ràng của một nhà giáo dục lớn - Thầy không sinh ra môn đồ; Thầy sinh ra thế hệ. Thế hệ đó không nhất thiết phải gặp Thầy trong đời. Không nhất thiết phải được nghe Thầy giảng. Không nhất thiết phải đọc hết tác phẩm của Thầy. Chỉ cần chạm vào đời sống của Thầy - dù trong một câu văn, một bài thơ, một hành trạng - là đủ để thức dậy một điều gì đó trong lòng họ. Một điều rất nhỏ, nhưng đủ để thay đổi cách người ta nhìn thế giới. Và đôi khi, thay đổi cả cách họ nhìn chính mình. Bởi giáo dục chân chính không bao giờ nhắm vào thế giới bên ngoài, mà luôn nhắm vào nơi khởi sinh của mọi thế giới tâm thức con người.

Trong bối cảnh Phật giáo Việt Nam hôm nay đang đứng trước vô vàn thách thức - từ sự phân mảnh nội bộ đến cơn bão vật chất hóa và suy giảm chiều sâu trí tuệ - tư tưởng "Duy Tuệ Thị Nghiệp" của Thầy hiện ra không phải như hồi ức của một thế hệ đã qua, mà như la bàn tinh thần cho con đường phía trước.

Nếu một thời Phật giáo tồn tại nhờ niềm tin, thì thời đại này đòi hỏi Phật giáo phải tồn tại bằng trí tuệ; nếu một thời giáo hội dựa vào hình thức tổ chức, thì hiện nay giáo hội chỉ có thể đứng vững nhờ chiều sâu và phẩm giá; và nếu một thời đạo hạnh được biểu hiện bằng nghi lễ, thì hôm nay đạo hạnh phải được biểu hiện bằng khả năng soi sáng và nâng đỡ con người trong bóng tối của thời đại số.

Trong hoàn cảnh ấy, nhân cách Tuệ Sỹ trở thành một hình mẫu không thể thay thế cho thế kỷ XXI: một người thầy không nhất thiết nằm trong cơ chế tổ chức, nhưng lại mang sức ảnh hưởng lớn hơn mọi cơ chế; một trí tuệ không được nuôi dưỡng bằng hệ thống, nhưng lại đứng cao hơn mọi hệ thống; một đời sống không được an bài, nhưng lại là biểu tượng của sự an trú tuyệt đối giữa vô vàn bất định.

Thế kỷ XXI là thời đại của hỗn loạn thông tin, của sự bùng nổ tri thức, của cạnh tranh ý thức hệ và của sự đứt gãy niềm tin. Những bối cảnh ấy vốn là môi trường lý tưởng để bóng tối lan tràn. Nhưng chính vì vậy mà tư tưởng của Thầy trở nên cần thiết hơn bao giờ hết. Không cần một "triết học Tuệ Sỹ", không cần một "tư tưởng Tuệ Sỹ", mà chỉ cần giữ lại cách Thầy đã sống, vì đời sống ấy đủ để làm đối trọng với tất cả những bão tố của thời đại.

Một người thầy của thế kỷ XXI không phải là người mang đến lời giải cho mọi câu hỏi, mà là người trao cho thế hệ trẻ khả năng tự giải. Không phải người đưa ra đường đi, mà là người trao lại đôi mắt để thấy đường. Không phải người bảo vệ sự thật bằng khẩu hiệu, mà là người giữ sự thật bằng chính phẩm hạnh.

Ở điểm này, Thầy Tuệ Sỹ đứng như một cột mốc tinh thần, âm thầm nhưng không thể xóa; lặng lẽ nhưng không thể quên; và càng lặng lẽ, càng trở nên bất diệt.

Sức mạnh của Thầy không đến từ địa vị, không đến từ uy quyền học thuật, không đến từ sự tán tụng, mà đến từ khả năng tự đứng một mình trong ánh sáng của trí tuệ, ánh sáng ấy đủ ấm để người khác tìm đến, đủ mạnh để không ai có thể dập tắt, đủ bền để không bị phai trong những biến động lịch sử.

Từ đó, con đường tái thiết Phật giáo Việt Nam - hay đúng hơn, tái thiết căn bản tinh thần của một cộng đồng, một dân tộc - không thể khởi đi từ những đề án hành chánh, không thể dựa vào những khẩu hiệu tạm thời, lại càng không thể đặt nền trên sự tranh giành hoặc ảnh hưởng hay quyền lực.

Con đường ấy phải bắt đầu từ một sự chuyển hóa trong tâm thức: thay đổi cách ta nhìn, thay đổi cách ta nghĩ, thay đổi cách ta đứng trong đời - và tất cả những điều ấy là giáo dục, theo đúng nghĩa mà Thầy đã sống.

Chính vì vậy, Thầy trở thành lời nhắc nhở không ngừng cho thế hệ hôm nay rằng một xã hội chỉ lâu bền và vững vàng khi nó có chiều sâu; một tôn giáo chỉ có sức sống khi có trí tuệ; một dân tộc chỉ đi xa khi biết sản sinh ra những con người có phẩm hạnh đủ để đứng vững trước đau thương mà không đánh mất ánh sáng trong lòng.

Và cũng từ đây, nền tảng giáo dục của Thầy là một lời mời gọi hành động. Hành động, nhưng không phải hành động ồn ào. Hành động, nhưng không phải hành động phô trương. Hành động theo cách mà Thầy đã để lại - hành động bằng trí tuệ, bằng phẩm hạnh, bằng khả năng giữ lấy tự do nội tâm, cho dù hoàn cảnh bên ngoài có đè nặng đến đâu.

Bởi một khi con người giữ được tự do ấy, thì không quyền lực nào khuất phục được chúng ta, không bóng tối nào che lấp được chúng ta, và không biến cố nào có thể bẻ gãy chúng ta.

Khi một thế hệ biết giữ lấy tự do ấy, thì tương lai của dân tộc ấy không còn nằm trong tay quyền lực mà nằm trong ánh sáng của những con người có trí tuệ.

Và đó chính là điểm quy kết - cũng là điểm mở - của toàn bộ di sản Tuệ Sỹ: tương lai không ở ngoài ta; tương lai khởi đi từ cách ta thắp sáng chính mình.

Bấy giờ, từ ánh sáng ấy, con đường của tương lai mở ra - không phải con đường chạy theo những tiếng gọi ồn ào mà con đường của những ai biết đứng thẳng trong tĩnh lặng.

Một dân tộc chỉ thực sự lớn khi có những người thầy như thế. Một tôn giáo chỉ thực sự sống khi còn những ngọn lửa như thế. Và một thế hệ chỉ thực sự trưởng thành khi biết tiếp nhận ánh sáng ấy mà không đánh mất bản sắc của chính mình.

Trong buổi giao thời này, khi thế giới thay đổi nhanh hơn tốc độ con người quán chiếu, khi niềm tin bị xói mòn, khi đạo lý bị giằng co giữa truyền thống và hiện đại, Di Sản Tuệ Sỹ sáng lên như một thạch trụ không thể dời.

Hãy trở về với trí tuệ - vì chỉ trí tuệ mới giữ cho ta không chìm trôi.

Hãy trở về với phẩm giá - vì chỉ phẩm giá mới giữ cho ta không đánh mất mình.

Hãy trở về với tự do nội tâm - vì chỉ tự do ấy mới biến con người thành một nguồn sáng, chứ không phải một cái bóng run rẩy trước thời đại.

Nếu một ngày Phật giáo Việt Nam bước vào một kỷ nguyên mới, đó sẽ không phải là nhờ những thay đổi trên văn kiện, mà nhờ những con người biết thắp sáng mình từ bên trong, như Thầy đã từng làm. Nếu một ngày dân tộc này tìm lại được thăng bằng, thì đó sẽ là nhờ những thế hệ biết đặt trí tuệ lên trước, đặt nhân phẩm lên trên, đặt tự do lên cao hơn mọi tính toán vụ lợi.

Và nếu một ngày những người trẻ đứng lên không phải để đòi hỏi điều gì, mà để trao đi điều gì - trao đi trí tuệ, lòng bi mẫn, sự trong sáng - thì đó là dấu hiệu cho thấy ánh sáng của Thầy đã đi vào mạch sống của tương lai.

Khi ấy, "Duy Tuệ Thị Nghiệp" không còn là lời nhắc của một người thầy, mà trở thành bản di chúc tinh thần của cả một thời đại. Một di chúc không yêu cầu ai phải làm điều gì; chỉ mong rằng mỗi người đừng để ngọn đèn của mình tự tắt.

Bởi khi mỗi ngọn đèn đều sáng, thì dân tộc này không cần phải tìm đường; chính ánh sáng ấy sẽ trở thành con đường.

Phật lịch 2569 – 24.11.2025

Trí Nhân

'Nghìn Năm Sau Hoa Trắng Trổ Trên Đồi'

PHỔ ÁI

"Rồi ngã xuống nghe suối tràn ngập máu
Thân là thân cỏ lá gập ghềnh xuôi
Chờ mưa tạnh ta trải trăng làm chiếu
Nghìn năm sau hoa trắng trổ trên đồi."
(Tuệ Sỹ - Đoạn 8 trong chuỗi thơ
Thiên Lý Độc Hành, 2011-2012)

Dưới vầng trăng muộn của dặm trường hiện sinh bao trùm bóng tối, câu thơ ấy hiện lên như một bi ký không khắc vào đá, mà thấm vào máu, vào suối, và vào lá cỏ... Đó là những điều mong manh nhất của đời sống nhưng trở thành cõi trú ngụ của linh hồn. Ở đó không phải tiếng oán than mà là lời báo trước. Khi con người dấn thân đến tận cùng của nhận thức, cái giá phải trả không bao giờ được tính bằng năm tháng hay vinh quang, mà bằng chính sự hữu hạn của thân phận mình. *"Rồi ngã xuống nghe suối tràn ngập máu"* - câu thơ không diễn tả chiến tranh hay bạo lực, mà là, hiện thân của nỗi cô độc ngôn ngữ khi thi nhân, hành giả - phải trả bằng máu để giữ cho một tiếng nói còn nguyên vẹn phẩm giá.

"Thân là thân cỏ lá gập ghềnh xuôi" - thân cỏ, thân lá, trôi theo địa tầng bất an của dòng đời. Nhưng gập ghềnh cũng không phải là than thở. Thân cỏ chỉ yếu mềm đối với người kiêu hãnh. Còn với Thầy, người đã từng bước qua cánh cửa tuyệt vọng và mở ra như một pháp

môn, thì cỏ và lá chính là biểu tượng của vô ngã, của hạ thấp mình để đi xuyên qua điều kiện. Người ta không thể vượt biên giới của khổ đau bằng bức thành tư tưởng, mà bằng sự chuyển hóa mềm mại nhất, "thân cỏ lá". Ở nơi ấy, người bị nghiền nát bởi lịch sử lại chính là người giữ lại mầm sống của tương lai.

Chỉ những ai từng đi qua thời đoạn bão tố trong tâm mới hiểu rằng trăng không phải là thi liệu, mà là chỗ nghỉ cuối cùng của lữ khách tuyệt đối. Cho nên "*Chờ mưa tạnh ta trải trăng làm chiếu*", là khi mưa tạnh, trăng không thuộc về bầu trời nữa; nó thuộc về nội giới như sự chịu đựng được soi sáng bởi một niềm tin không còn bị khuất phục. Trăng không che được cái giá của hy sinh nhưng nó cho phép chúng ta nằm xuống mà không tuyệt vọng. Là nơi cuối cùng để ký thác một cử chỉ tưởng như nhẹ - nhưng thật ra là thông điệp thâm trầm, ta đã sống và đã đi qua tất cả những cơn mưa của lịch sử.

Bấy giờ, hình ảnh Hoa trắng không phải hoa của lễ hội, mà là hoa đầu tiên mọc trên nấm mộ của bậc trí tuệ nhưng thời đại không kịp hiểu thấu. Câu thơ như gieo xuống một lời ẩn dụ cho những thế hệ chưa đến. Nếu có một ngày lịch sử nguôi ngoai, thì dấu vết còn lại không phải là tượng đài, mà là một đôi hoa trắng. Hoa ấy không cần ta trồng. Nó mọc lên từ máu, từ nước mắt, từ sự im lặng được giữ gìn như một giới nguyện.

Từ cơn lốc tư tưởng và từ bi ấy, bốn câu thơ của Thầy Tuệ Sỹ không còn ngự trong vườn thơ, mà trong biên niên của những ai biết rằng làm người, nhất là làm người trong thời tao loạn, là gánh lấy cái mong manh nhất mà vẫn không để nó vỡ. Đó không phải là lãng mạn. Đó là một minh triết mang màu tịch nhiên, đi qua bão giông mà không mang theo giận dữ, gục xuống mà vẫn để lại một câu kệ cho mai sau.

Bài thơ không mở ra, vì thế cũng chẳng cần khép lại. Thơ như một vết cắt mà có thể không là hôm nay, nhưng sẽ một ngày nào đó, khi người ta đủ lắng lòng để nghe tiếng suối và chợt hiểu rằng máu trong thơ không phải máu của thương tích, đó là huyết mạch nuôi dưỡng tự do tư tưởng trong thời đại mà ngay cả "tư tưởng" cũng bị giám định bằng quyền lực.

Hoa trắng trên đồi ấy - nếu có - chính là thành quả của những ai dám sống như cỏ, chịu gập ghềnh, chờ mưa tạnh để trải trăng làm chỗ nằm. Và khi ấy, không cần ai nhắc tên người gieo hạt. Vì hoa nở, tự nó, không như hồi đáp, mà như một cách giữ gìn...

Phật lịch 2569 - 20.11.2025

Phổ Ái

Ra Đi Lòng Nhẹ Như Tơ

THỊ NGHĨA TRẦN TRUNG ĐẠO

Chúng ta thường nghe sự viên tịch của Hòa thượng Thích Tuệ Sỹ là "một mất mát vô cùng to lớn". Nhưng mất mát gì? Mất mát gì tùy thuộc người trả lời là ai. Một người có thể cảm thấy mất rất nhiều nhưng người khác có thể chẳng mất gì cả vì nhục thể theo về cát bụi nhưng tinh thần của Thầy vẫn còn nguyên vẹn.

Cá nhân tôi cảm thấy mất mát quá nhiều.

Hôm lễ Tưởng Niệm Hòa Thượng Thích Tuệ Sỹ tại Tu Viện Đại Bi, Chúc Tiến là một trong số các Phật tử phụ trách phần chụp hình. Chúc Tiến ở Bắc California nhưng bay sang Nam California để lo phụ chụp hình. Anh em chúng tôi mới gặp mặt nhau đây nhưng khi kể ra mới biết chúng tôi biết nhau từ lâu lắm.

Dưới một bức ảnh tôi đứng sau bàn thờ Ôn, Chúc Tiến ghi chú: *"Trong buổi Lễ Tưởng niệm Ôn Tuệ Sỹ nhìn thấy Anh Đạo ngẩn ngơ như người mất hồn, ít ai để ý nhưng tôi biết, vì Anh quá thương Ôn và anh vẫn chưa tin sự thật là Ôn đã ra đi."*

Cho đến khi các em Huynh trưởng GĐPT giục tôi ra chỗ bàn tiếp tân để ký tên vào Kỷ Yếu Tri Ân Hòa Thượng Thích Tuệ Sỹ thay mặt cho Ban Biên Tập, tôi đứng sau lưng bàn thờ Ôn gần hết chiều dài của lễ tưởng niệm với cây bút và tờ chương trình trong tay. Sau khi phân chia công việc, mỗi người lo phần hành của mình. Trong suốt chương trình tôi không cầm tới cái 'micro' ngoại trừ khi phát biểu về sự ra đời của Kỷ Yếu Tri Ân.

Đúng như Chúc Tiến viết, rất ít khi tinh thần tôi đầy tâm trạng như thế. Sống hồn nhiên là bản tính của tôi dù về tuổi tác tôi không còn trong tuổi hồn nhiên nữa. Nhưng hôm đó tôi đứng sau bàn thờ Ôn với dáng thẫn thờ, lo âu, ngơ ngác. Cho đến hôm nay, tôi vẫn chưa hết bàng hoàng dù ngày mai là Chung Thất Ôn rồi.

Khi Thầy viên tịch, những người kính quý Thầy dù là Phật tử hay không phải là Phật tử, dù tự an ủi mình bằng nhiều cách, đều cảm thấy mất mát. Chúng ta mất đi một nhà văn hóa dân tộc hiếm hoi trong dòng lịch sử dài hàng ngàn năm. Chúng ta mất đi một trí thức yêu nước chân thành và can đảm. Chúng ta mất đi một bậc Thầy đạo đức xứng đáng làm gương cho nhiều thế hệ Việt Nam. Chúng ta mất đi một nhà thơ chân tài. Chúng ta mất đi một bậc lãnh đạo GHPGVNTN giữa lúc con thuyền đạo pháp đang vướng trong mỏm đá. Chúng ta mất đi một một dịch giả nhiều kinh điển cao siêu. Chúng ta mất đi tiếng cười giòn hoan hỉ của một thiền sư sau khi đàn xong một bản dương cầm. Tóm lại, khi Thầy ra đi chúng ta mất mát nhiều thứ.

Mỗi người tùy theo trình độ nhận thức và góc nhìn sẽ cảm thấy mất mát một phần nào đó, còn tôi, tôi cảm thấy mất hết mọi phần.

Trước ngày Thầy ra đi tôi viết một bài dành cho Kỷ Yếu Tri Ân Hòa thượng Thích Tuệ Sỹ. Là một trong những cư sĩ Phật tử có may mắn được cập nhật tin tức về bịnh tình của Thầy khá thường xuyên, chúng tôi biết là Thầy sẽ ra đi.

Trong bài viết, mặc dù tôi không dùng chữ Hòa thượng Thích Tuệ Sỹ hay Ôn Tuệ Sỹ thân kính vì khi viết Thầy còn tương đối khỏe. Nhưng nếu viết đúng, đoạn văn đó sẽ là:

"*Không một bậc cao tăng thạc đức nào thật sự ra đi. Hành trạng của Hòa thượng Tuệ Sỹ vẫn in dấu sâu đậm trong lòng Dân Tộc và Đạo Pháp. Tác phẩm Hòa thượng viết, những lời dặn dò của Hòa thượng sẽ còn mãi mãi. Tiếng dương cầm vẫn réo rắt chảy theo dòng Suối Từ Bi. Đời người "như sương mai, như ánh chớp, mây chiều" nhưng ngọn lửa tin yêu và hy vọng mà Hòa thượng Tuệ Sỹ thắp lên sẽ không bao giờ tắt cho đến khi nào dân tộc Việt Nam còn tồn tại trên mặt đất này.*"

Dù đó là sự thật nhưng khi nghe tin Hòa thượng viên tịch lòng tôi vẫn rối như tơ vò.

Bốn ngày sau khi Hòa thượng viên tịch, đài VOA hỏi tôi di sản nào của Hòa thượng Tuệ Sỹ tôi cho là quan trọng nhất, tôi phát biểu với đại ý:"Hôm qua khi Quốc Phương hỏi tôi di sản của Hòa thượng để lại là gì, tôi có làm một xấp thẻ, mỗi thẻ tôi ghi một điểm nổi bật của Hòa thượng. Tôi phân tích từng thẻ một và sau khi phân tích xong tôi tự quyết định để lại hay rút ra. Và cứ thế tôi rút thẻ cho đến khi chỉ còn hai tấm thẻ là thẻ văn hóa và thẻ tầm nhìn. Tôi chọn cả hai."

Hòa thượng đã xác minh trong *Thư Khánh Tuế*: *"Bản thân tôi trước sau vẫn chỉ là nhà giáo dục, sự nghiệp suốt đời chỉ giới hạn trong những việc trước tác, phiên dịch kinh điển. Những khi cần đến kiến thức hàn lâm, Chư tôn Trưởng lão triệu tôi đến để thông diễn tôn ý cho bốn chúng đệ tử. Khi không cần thiết, tôi được phép trở về bản vị trong các giảng đường và thư viện."*

Văn hóa là điểm nổi bật trong hành trạng của Hòa thượng. Hơn ai hết Thầy biết văn hóa là sức sống của dân tộc.Tôi là một mẫu người nặng tình cảm đang lang thang trong cõi ta bà. Hòa thượng khác tôi. Tình cảm của Hòa thượng dành cho dân tộc, cho Đạo Phật và cho con người. Hòa thượng xem việc đến hay đi đều nhẹ như tơ. Hòa thượng làm hết những gì có thể làm được nhưng không vương vấn đối với những việc chưa làm xong. Sông sẽ chảy và nước sẽ trôi. Mọi sự vật đến và đi đều có lý do, đừng quá nặng lòng.

Cách nhìn mọi việc nhẹ như tơ của Hòa thượng đã được chứng nghiệm không phải một lần mà nhiều lần.

Năm 1973, Thầy là Giáo sư Phân khoa Phật Học kiêm thành viên của Hội Đồng Phiên Dịch Tam Tạng kiêm Chủ bút Tạp Chí Tư Tưởng của Đại Học Vạn Hạnh. Trong thời điểm này Tạp chí Tư Tưởng được xem như là một "think tank" (trung tâm nghiên cứu và định hướng chiến lược) không chỉ của Phật Giáo và mà còn cả văn hóa Việt Nam. Nhưng vị Đại đức trẻ tuổi đã chọn để rời vị trí được trọng vọng trong giới hàn lâm thời đó để ra Nha Trang làm một chức vụ khiêm nhượng là Giám học của Phật Học Viện Hải Đức. Tại đó, Đại đức có nhiều thời gian hơn để giảng dạy, nghiên cứu và dịch thuật kinh điển thay vì bị cuốn hút vào hệ thống và cơ chế dù là hệ thống hay cơ chế giáo dục.

Sau 1975, khi dân tộc Việt Nam sắp bị treo cổ, vị Đại đức trẻ tuổi Thích Tuệ Sỹ lại dấn thân vào đường tranh đấu để thay đổi vận mệnh dân tộc. Thầy biết tranh đấu sẽ dẫn đến thành công? Chưa chắc, nhưng Thầy chẳng ngại gì sống chết.

Một người sống có lý tưởng là người làm những việc cần phải làm, không tránh né và không chờ ai khác. Thành công hay thất bại không phải là việc Thầy quan tâm mà đánh lên một tiếng chuông thức tỉnh dân tộc và nhân loại dù bằng mạng sống của mình là việc đáng làm.

Như mọi người đều biết Thầy và Thầy Mạnh Thát bị kết án tử hình. Nhiều lãnh đạo quốc gia phản ứng. Đức Đạt Lai Lạt Ma phản ứng. Dưới áp lực của quốc tế và đấu tranh của đồng bào trong cũng như ngoài nước, nhà nước CSVN đã hạ án tử hình xuống chung thân.

Chưa hết. Năm 1988, riêng Thầy Tuệ Sỹ đã bị tách ra khỏi khối tù chính trị ở trại Xuân Lộc, Đồng Nai và chuyển riêng ra trại A-20 tỉnh Phú Yên. Tháng 10 năm 1994, Thầy lại bị nhà cầm quyền tách ra lần nữa và đưa ra trại giam Ba Sao, miền Bắc khắc nghiệt hơn nhiều. Một mình trong xà lim nhưng Thầy vẫn đấu tranh, tuyệt thực và không hề xin xỏ. Khi CSVN trả tự do, Thầy thanh thản ra về lo dịch kinh tiếp, xem chuyện tù đày nơi rừng sâu nước độc Ba Sao là một giấc chiêm bao. Thầy chẳng có một lời than van, than vãn hay thù oán.

Sau khi được tự do trong nhà tù nhỏ, 1998, Thầy lại dành thời gian dịch kinh sách, không trực tiếp tham gia công việc điều hành GHPGVNTN mãi cho tới khi Đại Lão Hòa Thượng Quảng Độ mời vào chức vụ Tổng Thư Ký Viện Hóa Đạo GHPGVNTN. Sau đó là đại hội bất thường GHPGVNTN tại Tu viện Nguyên Thiều 2003. Hòa thượng Tuệ Sỹ không phải là mẫu người của bộ máy hành chánh nhưng làm những việc phải làm.

Năm 2008, khi Giáo Hội tương đối ổn định, Hòa thượng Tuệ Sỹ lại trở về với mục đích chính của mình là “dành hết thời gian và sức lực cho công việc trước tác, phiên dịch Phật ngôn, và đào tạo từng nhóm tăng ni đủ trình độ nghiên cứu Phật học, phiên dịch kinh điển sau này. Trong thời gian này Hòa thượng đã hoàn thành phiên dịch, hiệu đính 4 bộ kinh A-hàm, kinh Duy-ma-cật sở thuyết, bộ Luật Tứ phần, các bộ Luận Thành Duy Thức, A-tì-đạt-ma Câu-xá, và nhiều trước tác khác". (Tiểu sử chính thức của HT Thích Tuệ Sỹ do Hội Đồng Hoằng Pháp GHPGVNTN công bố ngày 24 tháng 11, 2023)

Rồi một ngày cuối thu 2011, Thầy quảy gánh ra đi, lang thang vô định. Che Thầy là mây, ru Thầy là gió. Chuỗi thơ 13 bài Thiên Lý Độc Hành ra đời trên những bước chân Thầy.

Rồi ngã xuống nghe suối tràn ngập máu
Thân là thân cỏ lá gập ghềnh xuôi
Chờ mưa tạnh ta trải trăng làm chiếu
Nghìn năm sau hoa trắng trổ trên đồi.
(Đoạn 8 trong chuỗi thơ Thiên Lý Độc Hành, Tuệ Sỹ, 2011-2012)

Viết để thấy, Thầy đến khi cần và ra đi khi không còn được cần. Lòng Thầy bao giờ cũng nhẹ nhàng, thanh thản, không vướng mắc bởi hình tướng, lợi danh. Người tu đạo Phật nào cũng biết những gì cầm trên tay dù chặt bao nhiêu cũng sẽ rơi, chiếc áo mặc sẽ rách và sắc đẹp khuynh thành cũng sẽ tàn phai. Nhưng biết là một việc, sống trọn vẹn trong sự hiểu biết đó vô cùng khó, ngoài Thầy Tuệ Sỹ.

Khác với thời điểm 1998 và 2003, năm 2019 còn bức thiết hơn vì Đại lão Hòa thượng Thích Quảng Độ biết mình sắp sửa ra đi. Ngài nhìn lại chung quanh thế hệ lãnh đạo GHPGVNTN trước và sau 1975 chỉ còn lại Hòa thượng Tuệ Sỹ, một bậc danh tăng có đủ đức tính văn hóa và tầm nhìn.

Tháng 03 năm 2019, Đại lão Hòa thượng Thích Quảng Độ mời Hòa thượng Thích Tuệ Sỹ đến gặp tại chùa Từ Hiếu, quận 8, Sài Gòn để phú chúc di ngôn và ấn tín của Viện Tăng thống GHPGVNTN, ủy nhiệm Hòa thượng Tuệ Sỹ lãnh đạo, xử lý thường vụ Viện Tăng thống sau khi Ngài viên tịch.

Trong thời gian đó, Hòa thượng Tuệ Sỹ biết chính bản thân mình cũng đang lâm trọng bệnh. Hòa thượng có thể từ chối lời đề nghị của Đại lão Hòa thượng Thích Quảng Độ. Nhưng một lần nữa Hòa thượng Tuệ Sỹ ý thức trách nhiệm và bước ra gánh vác.

Khi được đài Tiếng Nói Hoa Kỳ gởi câu hỏi về Di Sản của Hòa thượng Tuệ Sỹ, tôi viết ra trên những tấm thẻ những điểm nổi bật nhất của Ngài. Chẳng hạn "nhà thơ Tuệ Sỹ" thì tôi lấy tấm thẻ đó ra. Nhà thơ thì ai cũng có thể là nhà thơ xuất sắc được nhưng di sản của Hòa thượng thì không chỉ là thơ thôi. Cứ thế tôi lấy dần dần ra còn hai điểm mà tôi thấy rất là băn khoăn, tức là con người của Hòa thượng và tầm nhìn của Hòa thượng.

Tầm nhìn của một lãnh đạo Phật Giáo, lãnh đạo của bất cứ quốc gia hay tổ chức nào quan trọng nhất vẫn là tầm nhìn. Thứ hai, con người của Hòa thượng Tuệ Sỹ là con người của văn hóa.

Khi đức Đại lão Hòa thượng Thích Quảng Độ viên tịch ngài nghĩ đến Hòa thượng Tuệ Sỹ không phải vì Ngài Tuệ Sỹ giỏi. Không phải đâu. Giỏi là khác mà lãnh đạo giáo hội là khác. Ngài giao lại cho Hòa thượng Tuệ Sỹ vì hai lý do:

TẦM NHÌN

Hòa thượng Tuệ Sỹ có một tầm nhìn và chỉ Hòa thượng Tuệ Sỹ mới có thể mang tầm nhìn đó để áp dụng cho xã hội được gọi là "thay đổi không ngừng" như ngày hôm nay.

Chính Hòa thượng Quảng Độ cũng nhìn lại bản thân để thấy chặng đường mình đã đi. Hòa thượng Quảng Độ không thể tự trách mình được vì ngày đó Ngài ở Thái Bình trong một ngôi chùa nhỏ. Dĩ nhiên trong không gian rất hẹp nên Ngài không thấy được tất cả những biến đổi diễn ra trên thế giới. Nhưng với điều kiện của Hòa thượng Tuệ Sỹ, với căn cơ xuất sắc và tầm nhìn của Hòa thượng Tuệ Sỹ thì giao lại cho một người có tầm nhìn xa vì tương lai của Giáo hội và tương lai đất nước.

Những điều đó nằm ngay trong đáy lòng của Hòa thượng Quảng Độ khi thấy lại, rõ ràng chúng ta cần một lãnh đạo Giáo hội nhưng Ngài đó phải vượt qua được thời đại của mình. Nếu chúng ta không vượt qua được bản thân của mình hay vượt qua thời đại của mình để hướng dẫn cả Giáo hội hướng tới một cánh cửa mới của thế giới đang mở ra thì sẽ rất khó khăn cho Giáo hội. Vì chính vì vậy mà Ngài đã giao lại cho Hòa thượng Tuệ Sỹ bởi vì Hòa thượng Tuệ Sỹ có một tầm nhìn rất xa.

Ngài luôn nói Phật giáo phải thích nghi với điều kiện của thế giới ngày hôm nay. Phật giáo không thể tồn tại được nếu chúng ta đóng khung trong mô thức chúng ta đã có từ 1964 cho tới bây giờ. Chúng ta phải thay đổi.

VĂN HÓA

Con người của Hòa thượng Tuệ Sỹ cuối cùng vẫn là con người của văn hóa. Văn hóa theo nghĩa rộng chứ không phải văn chương thi phú. Kinh điển là một phần của văn hóa. Kinh điển Ngài dịch cũng đóng góp vào văn hóa Việt Nam, và văn hóa Việt Nam là tổng hợp của các văn hóa của các tôn giáo, trong đó Phật Giáo đóng một phần. Văn hóa đó là yếu tố quan trọng nhất mà Hòa thượng Tuệ Sỹ cưu mang. Trong tất cả các thông điệp Ngài gởi ra Ngài luôn nhấn mạnh, phải mở ra, nếu chúng ta đóng lại thì chúng ta sẽ không thu nhận được. Căn nhà GHPGVNTN là căn nhà chung chứ không phải là căn nhà của những người ủng hộ Thầy. Đó là nơi để trở về.

Nếu chúng ta nghiên cứu lịch sử của các nước Đông Âu và Liên Xô, tất cả các "Giáo hội yêu nước" đều tự động giải tán sau các cuộc cách mạng 1990, 1991. Không còn ai nghe nhắc đến các "Ủy ban Thiên Chúa Giáo Cứu Nước" hay "Ủy Ban Chính Thống Giáo Cứu Nước" nữa mà các giáo hội chính thống tại các quốc gia đó hình thành. Những giáo hội đó không phải được thành lập sau 1990 mà họ đã tiềm tàng từ nhiều năm trước. Họ không bao giờ mất cả. Họ chỉ đứng dậy để tiếp tục hành trình. GHPGVNTN cũng vậy. Có thể cũng sẽ có một vài thời gian im lặng, tiềm ẩn nhưng sẽ không bao giờ tắt nghẽn, sẽ đứng dậy và tiếp tục đi.

Thay vì đi lại con đường mà nhiều bậc tôn đức đã đi qua, Hòa thượng Tuệ Sỹ chọn con đường mới thích hợp với không gian và thời gian của thời đại tin học. Hòa thượng không lập ra những ban bộ cồng kềnh trong nước và hải ngoại như đã từng được lập và cũng từng đổ vỡ. Lần này, Hòa thượng lập ra những hội đồng với trách nhiệm cụ thể về hoằng pháp và phiên dịch. Hòa thượng tận dụng mọi phương tiện khoa học kỹ thuật và khả năng của từng bậc tôn đức tăng ni cho tới từng cư sĩ. Hòa thường làm việc mỗi ngày, cười nói kể chuyện vui như không có gì nghiêm trọng. Nhiều khi vui quá hàng đệ tử tưởng lầm Thầy mình hết bịnh. Không Thầy bịnh mỗi ngày càng nặng cho tới khi ống trợ thở được gắn vào.

Chiều ngày 24 tháng 11, 2023 Thầy ra đi lòng nhẹ như tơ.

Thị Nghĩa Trần Trung Đạo

'Di Sản Tuệ Sỹ' - Khả Tính Thức Tỉnh Của Việt Nam Trong Đêm Dài Thế Kỷ

LÔI AM

Không phải từ một buổi thuyết giảng và cũng không phải từ một trang kinh dịch, mà từ giữa khoảng lặng, khi một người đứng trước vận mệnh dân tộc mà vẫn giữ trọn nhịp thở tự tại, di sản bắt đầu hiện hữu.

Chúng ta có thể nói về thơ, về tư tưởng, về triết lý hay khí tiết, nhưng thực ra, những điều ấy chỉ là vệt sáng phản chiếu từ một nguồn sâu thẳm hơn, từ cách một con người đi qua khổ đau mà không để khổ đau định nghĩa mình.

Có những nhân vật lịch sử được ghi nhớ vì chiến thắng, vì tuyên ngôn, vì hành động anh hùng; còn Thầy Tuệ Sỹ - trường hợp độc đáo - được nhắc đến bằng sự trầm lắng. Không phải im lặng của né tránh, mà im lặng của người thấu suốt, thấy rõ những vết nứt đang rạn trên thân phận một dân tộc, nhưng vẫn chọn giữ lấy phẩm giá bằng tâm thế bất khuất. Trong đêm tối của nhà tù, người ta có thể viết di chúc, còn Thầy, viết nên một dòng minh triết. Và đó chính là lý do mà hôm nay khi nói về 'Di Sản Tuệ Sỹ', chúng ta không đứng trước một tượng đài đã hoàn tất, mà đứng trước một cánh cửa chưa ai đi hết.

Không ai biết chính xác, ở khoảnh khắc nào một câu thơ trở thành chất liệu văn hóa; và khi nào một lời dạy vượt khỏi giới hạn Phật học để trở thành nhịp đập của một nền tư tưởng dân tộc. Nhưng nếu có một điểm khởi đầu, thì có lẽ là ở nơi một người từng bước vào cõi tử sinh với tâm thế ung dung, không vì bản thân mà vì một niềm tin rằng trí tuệ và lòng từ bi là hai đường chủ đạo còn sót lại để nhân loại bước tiếp.

Từ đây, không phải để giải thích vì sao Thầy Tuệ Sỹ là một nhân vật lớn, mà để tìm hiểu vì sao - sau tất cả những lần lịch sử bị đứt gãy - di sản ấy vẫn tiếp tục được nhắc đến như một mạch nguồn không gián đoạn trong văn hóa Việt. Bởi có lẽ, Thầy không để lại điều gì, mà chính *cách hiện hữu của Thầy* đã trở thành di sản.

Và chính từ điểm đó, chúng ta bắt đầu hành trình tìm hiểu sâu hơn, không phải *Thầy đã làm gì*, mà *Thầy đã sống thế nào để những điều ấy có thể tồn tại sau khi Thầy đã ra đi.*

DI SẢN TƯ TƯỞNG - ĐẶT NỀN HỌC PHẬT TRONG CHIỀU SÂU TRIẾT HỌC NHÂN SINH

Thầy Tuệ Sỹ không những diễn giải Phật học, mà *tái định nghĩa vị trí của Phật học trong cấu trúc tư tưởng hiện đại*, không như một hệ thống tôn giáo, càng không như một bộ quy luật đạo đức mà như một chiều kích triết học sống động của nhân sinh, nơi con người được nhìn bằng toàn bộ tính thể của mình, vừa hữu hạn vừa siêu việt, vừa khổ đau vừa có khả năng giác ngộ.

Trong thế kỷ mà khoa học, chủ nghĩa duy lý và sự thực dụng lấn át đời sống tinh thần, Thầy không kêu gọi trở về quá khứ hay rút lui khỏi đời sống hiện đại, nhưng chỉ ra *tư tưởng Phật giáo không đối lập với tiến bộ khoa học hay triết học phương Tây*, trái lại, có thể đối thoại sâu sắc với Heidegger, Jaspers, Husserl, Kierkegaard... để mở ra một miền suy tư khác về "ý nghĩa của tồn tại".

Không phải con người đi tìm chân lý, mà chính chân lý chờ con người lặn sâu vào chính mình. Ở đây, giải thoát không còn là trốn tránh hay phủ nhận trần thế, mà là *nắm lấy trần thế bằng một tâm thế không hệ lụy*. Thầy mở ra một định nghĩa trong Phật học Việt Nam đương đại, giải thoát là khả năng ở trong mọi ràng buộc mà không bị bất kỳ ràng buộc nào quyết định. Cách tiếp cận ấy khiến Phật học nhập vào dòng tư tưởng nhân văn hiện đại - trở thành nền triết học của tự do nội tại chứ không chỉ là con đường tu tập cá nhân. Nó tương hợp với những suy tư của Viktor Frankl trong trại tập trung, hay của Albert Camus trước "huyền thoại Sisyphus", nhưng *vượt lên* bằng tuệ giác rằng niềm đau không phải để chống lại, mà để chuyển hóa.

Thầy không xem con người như một thực thể cần sửa chữa, mà như *một tiến trình chuyển hóa kỳ cùng vô tận.* Và chính từ điểm này, Phật học trở thành nhân học chân thực nhất - không định nghĩa con người bằng xã hội học, chính trị học, tâm lý học... mà bằng chân địa của tâm thức khi đã vượt qua mọi lớp vỏ giới hạn.

Tôi đi vào nhân loại để tìm ra tôi trong chính nơi vô ngã của mình. Điều đó mở ra một chuyển động tư tưởng kinh ngạc vì đi vào nhân loại tức là đi vào chính mình, bởi nơi sâu thẳm nhất của bản ngã chính là điểm gặp gỡ với tất cả những gì không còn là "ta" nữa. Di sản tư tưởng của Thầy vì thế không phải là lời tuyên ngôn, mà là một hành trình nội tâm có thể đặt nền cho triết lý hiện sinh phương Đông.

Nếu phương Tây nói "*tôi tư duy nên tôi tồn tại*", thì Thầy khẽ đáp "*tôi buông xả nên tôi thật có mặt*". Đó là cuộc đối thoại thầm lặng nhưng đầy minh triết giữa Đông và Tây trong thời đại khủng hoảng bản thể.

DI SẢN NGÔN NGỮ - LÀM MỚI TIẾNG VIỆT NHƯ MỘT "NGÔI NHÀ CỦA CHÂN LÝ"

Nếu triết học là con đường tư duy, thì ngôn ngữ là mạch dẫn để tư tưởng tự nhận diện chính nó. Chính vì thế, Thầy Tuệ Sỹ không sử dụng tiếng Việt như một phương tiện truyền đạt, mà như không gian để chân lý hiện hình, tương tự cách Heidegger gọi tiếng nói là *ngôi nhà của Hữu thể.* Thầy tiếp cận tiếng Việt như một miền trú ẩn của *ý niệm trong hành trình đi qua lịch sử khổ đau*, đồng thời như nền tảng để mở ra những chiều kích tư duy chưa từng được khai phá trong triết học Việt Nam hiện đại.

Tiếng Việt trong thủ pháp của Thầy không còn là phương tiện diễn đạt tư tưởng, mà trở thành *quỹ đạo xoay chuyển của ý niệm*, một dòng chảy của tỉnh thức. Thầy không viết như người chọn chữ, mà như người *lắng nghe chữ đang vận động dưới đáy tư tưởng*, rồi diễn hình nó bằng âm hưởng vừa cổ điển vừa khai phóng.

Ở điểm sâu nhất, ngôn ngữ của Thầy không nhằm lấy lòng người đọc, mà *đặt người đọc vào trạng thái đối diện với chính mình*. Đó là tiếng Việt không tìm cách "hay", mà tìm cách "mở", tức mở vào chiều sâu tự vấn.

Trong những câu thơ như "*Ta về một cõi tâm không*"..., hay văn xuôi triết cảm như "*Thuyền ngược bến không*"..., ngôn ngữ vận hành như *một đạo trình đi qua biên giới của ngôn ngữ* để chạm đến chỗ "ý niệm trước ngôn từ". Phong thái ấy có thể xem như sự gặp gỡ hiếm hoi giữa tính nhạc của cổ thi Lý - Trần, nơi chữ không chỉ giữ nghĩa mà giữ khí vị. Ngôn giới của Thiền học, nơi im lặng không phải là sự vắng mặt của ngôn từ, mà là phần còn lại sau khi mọi câu chữ đã bỏ đi lớp giả danh. Độ chính xác của triết Tây phương hiện sinh, có thể thấy trong cách cấu trúc luận lý của Thầy từng câu, và chất "rưng rưng Việt tính", như hơi sương chiều trên sông Hương, nơi chữ không chỉ gợi suy tư mà gợi nhớ.

Đặc biệt, Thầy là một trong số rất ít tác giả dùng tiếng Việt *để tư duy triết học một cách trực tiếp*, thay vì đi đường vòng qua Hán ngữ hay dịch thuật từ Pháp ngữ. Ngôn ngữ ấy được "tư duy hóa" từ bên trong, không vay mượn ngữ pháp triết Tây, không trói vào logic Hán học, mà dựng nên *một không gian ngôn từ riêng*, nơi Phật học có thể đi vào triết học mà không đánh mất linh hồn thi ca.

Bấy giờ, chúng ta có thể cảm nhận nếu Thầy Nhất Hạnh làm mềm tiếng Việt, thì Thầy Tuệ Sỹ làm sâu tiếng Việt. Thầy không hướng đến vẻ đẹp ngôn từ theo mỹ học truyền thống, mà đến *năng lực thức tỉnh của chữ viết*. Đó là tiếng Việt như một đường thiền, trầm, không tìm cách gây ấn tượng, nhưng mỗi chữ đặt xuống như một kinh nghiệm sống.

Cho nên, ngôn ngữ của Thầy không nhằm tái hiện thực tại, mà là tạo nên một không gian để thực tại tự khai mở. Nó không trang trí tư tưởng, mà *dẫn tư tưởng trở về chỗ tịch nhiên* - nơi chân lý không còn bị chi phối bởi cấu trúc câu cú mà tồn tại như một trải nghiệm trực giác.

Có thể nói, trong di sản văn hóa Việt Nam hiện đại, Thầy Tuệ Sỹ là một trong số rất ít người đã nâng *tiếng Việt từ ngôn ngữ giao tiếp lên thành ngôn ngữ của chứng nghiệm*.

DI SẢN HÀNH ĐỘNG - SỰ HIỆN DIỆN CỦA TRÍ TUỆ TRONG NGHỊCH CẢNH

Có những thời khắc lịch sử mà tư tưởng không được truyền đạt bằng văn chương hay diễn thuyết, mà bằng *thái độ hiện hữu trước khổ đau*. Ở thời điểm đối diện án tử hình, khi đời sống cá nhân không còn gì để bấu víu, con người thường rơi vào phản ứng bản năng, hoặc chống trả, hoặc quy phục. Thầy Tuệ Sỹ làm điều thứ ba - *Thầy an trú trong trí tuệ như một cách hiện hữu*, vượt khỏi cả chống đối lẫn khuất phục. Thái độ ấy không phải là bất cần sinh mệnh, mà là sự thể nghiệm rốt ráo rằng *cái gọi là sinh mệnh chỉ là một phần của hành trình chân lý*.

Một khi hiểu ta không thể chết được bởi vì Chân lý không từng sinh diệt, Thầy không phủ định cái chết vật lý, mà xác lập lập trường rằng *con người không được định nghĩa bởi sinh học, mà bởi khả năng nhận thức bản chất của tồn tại*. Ý thức này bước sang ngưỡng của hiện tượng luận tinh thần, nơi chủ thể không còn bị quy định bởi tình huống, trái lại, *tình huống trở thành tấm gương phản chiếu chiều sâu của chủ thể*. Thái độ ấy tương ứng với "ethos" của các triết gia hiện sinh trước vực thẳm, nhưng ở Thầy, cái "vực thẳm" trở thành *nhân duyên mở ra bản thể*, chứ không còn là nơi mất mát.

Thầy không chống lại nhà tù, vì chống lại tức là còn thừa nhận quyền lực của nó. Thầy *vượt qua nhà tù bằng việc không để tâm thức bị giam giữ*. Bởi thế quan niệm ấy không phải là một chân lý siêu hình, mà là thái độ sống. Đó là triết học được hành động hóa, hay đúng hơn, *triết học được sống bằng tinh thần*.

Trong lịch sử Việt Nam, những nhân vật có thể so sánh được với thái độ này rất hiếm. Ta có thể thấy ở Trần Nhân Tông, khi ngồi giữa chiến chinh mà tâm vẫn định; ở Nguyễn Trãi, trong đêm trước khi bị sát hại; hay ở Phan Bội Châu, trong cảnh bị quản thúc vẫn thân thế dẫu đọa, chí khí hãy nên còn. Nhưng ở Thầy, chiều sâu ấy được tích hợp với minh triết Phật giáo và tính thức thời của tư tưởng hiện đại, tạo nên một mẫu hình khí tiết mới, *khí tiết không từ sự chống đối, mà từ sự minh triết*.

Chính từ đây, hành động của Thầy có thể được định nghĩa theo tinh thần triết học phương Tây là *intellectus agens* (trí tuệ hành động), nhưng đúng với tinh thần Phật học nhất phải gọi là "tuệ dụng" (*ứng dụng của trí tuệ vào hoàn cảnh mà không bị cảnh chi phối*). Thầy không "đối kháng", mà *thuyết phục nghịch cảnh bằng sự bất động của tâm*. Do đó, *đi qua khổ đau trở thành phương tiện chuyển hóa*, chứ không phải chiến thắng.

Bấy giờ, di sản hành động của Thầy Tuệ Sỹ chính là một hình thái mới của khí tiết Việt Nam, *Không chỉ là hiên ngang trước quyền lực, không chỉ là nhẫn nhục vượt tai ương*, mà là sự bình thản của trí tuệ trước bạo hành của vô minh.

Và cũng từ đó, Thầy đặt lại câu hỏi cho thời đại hậu chiến: *Lòng can đảm không nằm ở chỗ ta chống lại bao nhiêu, mà ở khả năng ta vẫn giữ được bao nhiêu minh triết khi mọi thứ đã bị lấy đi.*

DI SẢN GIÁO DỤC - THẦY CỦA NHỮNG THẾ HỆ TÌM LÝ TƯỞNG

Trong tư cách một nhà giáo dục, Thầy Tuệ Sỹ không đặt mình vào vị trí của người truyền thụ tri thức, mà như *một người khơi mở hành trình đi tìm bản thể của chính người học*. Nơi Thầy, giáo dục không phải là quá trình "chuyển giao kiến thức", mà là *khai thông con đường thức tỉnh*. Thầy dùng tri thức như phương tiện, nhưng không đồng nhất giáo dục với tri thức; dùng triết lý như ánh sáng, nhưng không biến triết học thành giáo điều.

"Người thầy đích thực không tạo ra kẻ đi sau mình, mà mở đường cho người đi tới." - Trong một xã hội từng bị định hình bởi mô thức học đường truyền thụ (thầy giảng - trò ghi - lấy kết quả làm chuẩn), Thầy đã xác lập một hướng tiếp cận hoàn toàn khác, giáo dục như hành trình tự chứng. Điều này đưa tư tưởng giáo dục của Thầy tiệm cận với triết lý giáo dục hiện đại của Jiddu Krishnamurti (giải phóng con người khỏi sự ràng buộc của tư tưởng quy định), nhưng sâu hơn ở chỗ Thầy đặt nền tảng chuyển hóa trên tuệ giác Phật học - không chỉ giải phóng con người khỏi áp lực tư duy, mà khỏi *sự chấp thủ vào khái niệm về cái "tôi" đi tìm*.

Thầy không đào tạo học trò theo mô hình thừa kế truyền thống (một lý tưởng đi từ Thầy sang trò), mà *khơi dậy lực tự kiến* nơi người học. Nếu nhiều hệ thống giáo dục tạo ra "người kế tục", thì Thầy tạo ra *nhân tố tiếp diễn* - không phải người lặp lại điều Thầy đã làm, mà *người đi xa hơn Thầy có thể đi*. Chính vì thế, nhiều người gặp Thầy không thấy mình trở thành "học trò", mà *thấy mình bắt đầu trở thành người học*.

Di sản giáo dục của Thầy có thể được khái quát theo ba tầng:

Tầng khai mở - Giáo dục như quá trình đánh thức:

Thầy không áp đặt mục tiêu, mà đặt người học vào tình huống tư duy. Thầy không cho câu trả lời, mà *tạo ra câu hỏi đủ mạnh để người học tự tìm đáp án của chính họ*. Ở đây, giáo dục trở thành hành vi *khai thị* - người thầy không dẫn đường, mà *làm hiển lộ con đường vốn tiềm tàng trong người học*.

Tầng chuyển hóa - Từ tri thức sang trí tuệ:

Thầy phân biệt rõ *Tri thức là cái ta có, Trí tuệ là cái ta sống*. Do đó, một bài giảng của Thầy thường không kết thúc ở "hiểu", mà ở "*thấy*". Trong giáo dục Phật học, đây là sự chuyển từ *văn - tư - tu (nghe - suy xét - thực chứng)*. Với các nhà trí thức gặp Thầy, đó là bước chuyển từ *tri thức như cấu trúc khái niệm sang trí tuệ như sự hòa nhập thực tại*.

Tầng khởi hành - Giáo dục như hành động

Thầy không dừng ở nhận thức, mà thúc đẩy hành động. Nhưng hành động không khởi từ ý chí, mà từ *thấu suốt bản chất sự vật*.

Đối với giới thi sĩ, đó là khả năng "viết như trở về bản thể ngôn ngữ".

Đối với giới trí thức, đó là dũng khí "suy nghĩ như thể tư tưởng không còn sợ hãi".

Đối với người làm công tác văn hóa, đó là "hành xử như thể vận mệnh văn hóa là trách nhiệm nội tâm, không phải chức phận xã hội".

Đối với Huynh Trưởng GĐPT, Thầy đặt nền móng cho *một mô hình giáo dục chuyển hóa - lấy tu tập nội tâm làm gốc cho sự dẫn dắt cộng đồng*.

DI SẢN LỊCH SỬ - GẠCH NỐI GIỮA TRUYỀN THỐNG VÀ HIỆN ĐẠI

Trong mạch nguồn tư tưởng Việt Nam, có những nhân vật không riêng thuộc về thời đại của mình mà còn giữ vai trò như *điểm hội tụ lịch sử tư tưởng*. Thầy Tuệ Sỹ là một trong số hiếm hoi đó - không phải vì Thầy tái lập quá khứ, mà vì Thầy mở ra khả năng đối thoại giữa truyền thống và hiện đại bằng chính *cách hiện hữu của tư tưởng*. Di sản lịch sử của Thầy không nằm ở việc tái dựng một mô hình văn hóa cổ, mà ở cách Thầy dẫn truyền tinh thần cổ vào không gian tư duy của một thời đại đầy biến động, nơi giá trị truyền thống bị đe dọa bởi tốc độ toàn cầu hóa và sự khủng hoảng căn tính dân tộc.

Thầy không trở về với Phật giáo thời Lý - Trần bằng cách phục cổ, mà bằng *tái định nghĩa tuệ giác như một mô hình giải thoát trong bối cảnh hiện sinh mới*. Như Trần Nhân Tông *cư trần lạc đạo thả tùy duyên*, Thầy tái hiện tinh thần ấy trong một thế kỷ đầy chiến tranh và ý thức hệ - bằng cách *giữa đổ vỡ vẫn giữ trọn bình thản như một hình thức của trí tuệ*.

Từ tinh hoa tư tưởng và mỹ học cổ điển Việt Nam (Lý - Trần - Lê) - nơi văn chương trở thành phương tiện đạo lý - Thầy kế thừa *cách dùng ngôn ngữ làm phương tiện chuyển hóa tâm thức*, nhưng vượt hơn ở chỗ thay vì đem đạo đức làm nền giáo hóa, Thầy dùng trí tuệ như căn bản giải phóng và từ bi như phương tiện hành động. Thầy không thuộc về hệ mỹ học cung đình, cũng không thuộc về văn chương yêu nước lãng mạn; Thầy thuộc về truyền thống tư tưởng nội tâm, nơi lịch sử không được viết bằng chiến tích, mà bằng *năng lực chịu đựng trong tịch nhiên*.

Khi tư tưởng nhân quyền và tự do hiện đại bước vào Việt Nam qua vết nứt của chiến tranh và lưu vong, Thầy không tiếp nhận theo hướng đối kháng chính trị hay duy lý phương Tây, mà *chuyển hóa bằng cách kết nối nhân quyền với phẩm giá nội sinh của con người giác ngộ*. Nếu phương Tây xem tự do là *quyền*, thì Thầy xem tự do là *trạng thái của tâm khi đã vượt qua mọi hệ lụy*. Ở đó, tự do không cần phải giành lấy, mà *phải được hiểu để trở thành chính mình*.

Vì vậy, nếu Việt Nam từng có những *trục tư tưởng* như Nguyễn Trãi

- khí tiết trí mệnh; Nguyễn Du - cảm thức nhân sinh; Phan Bội Châu - tâm thế hành động; Nhất Hạnh - chuyển hóa qua hòa bình nội tâm; thì Thầy Tuệ Sỹ là một nấc kết nối tất cả những chiều kích ấy trong bối cảnh hậu chiến tranh và khủng hoảng bản sắc. Điều khác biệt là ở Thầy, *tuệ giác không chỉ tìm lối thoát, mà tìm đường đi về nội tâm như khởi nguồn của tái thiết dân tộc.*

DI SẢN VỀ "THÁI ĐỘ TRƯỚC VẬN MỆNH DÂN TỘC"

Trong lịch sử tư tưởng Việt Nam, hiếm có nhân vật nào nhìn vận mệnh dân tộc bằng ánh mắt vừa thấu suốt lịch sử, vừa không đánh mất lòng từ bi như Thầy Tuệ Sỹ. Thầy không tiếp cận dân tộc như một khái niệm chính trị hay một thực thể bị cuốn vào dòng thác của ý thức hệ, mà như *một sinh mệnh tâm linh cần được chữa lành sau nhiều chu kỳ tổn thương*. Thầy yêu thương Việt Nam không bằng cảm xúc lãng mạn, càng không bằng lòng cuồng tín, mà bằng *một thứ tình thương vừa tỉnh táo vừa dịu dàng, của một người hành hương không bao giờ rời quê hương trong tâm thức.*

Không đứng về một cực ý thức hệ, Thầy chọn *đứng về phía con người* - phía nạn nhân của mọi xung đột. Trong khi nhiều hệ tư tưởng đưa ra giải pháp bằng đấu tranh, chuyển hóa xã hội bằng đối đầu, Thầy đặt câu hỏi đầy sức nặng hiện sinh "*Đâu là con đường của một dân tộc đã đi qua quá nhiều chia rẽ?*"

Thầy không trả lời bằng mô hình, cương lĩnh hay chủ thuyết, mà bằng *một phương pháp hành động nội tâm "Sống bằng tình thương và trí tuệ để hóa giải hận thù."*

Ở đây, giải pháp không nằm ở thay đổi cấu trúc quyền lực, mà ở *chuyển hóa nền tảng tâm thức*. Nếu chính trị xử lý hệ quả, thì Thầy chuyển hóa *căn nguyên*. Bởi vì, với Thầy, chia rẽ không bắt nguồn từ thiết chế, mà từ *sự đánh mất khả năng nhìn nhau bằng con mắt vô ngã*. Điều đó tương ứng với tư tưởng Thiền học "*Vô ngã là cửa mở của từ bi; còn chấp ngã là nguồn gốc của đối kháng.*"

Thái độ của Thầy trước vận mệnh dân tộc có thể được cảm nhận như một tiến trình tư tưởng đi từ chiều rộng của lịch sử đến chiều sâu của nội tâm. Thầy không xem dân tộc là một chuỗi biến cố được ghi chép bởi những người chiến thắng hay thua cuộc, mà như một cuộc hành trình tâm linh tập thể. Bởi vậy, Thầy không khơi lại quá khứ để định tội hay phân ranh, nhưng để hiểu quá khứ như một cách chuyển hóa ký ức đau thương thành năng lượng tỉnh thức. Đó là sự dịch chuyển từ việc đọc lịch sử như tư liệu sang cảm nhận lịch sử như kinh nghiệm hiện sinh của một cộng đồng từng nếm trải khổ đau, một cách tiếp cận gần với hiện tượng luận về sự khổ.

Khi đối diện với vận mệnh dân tộc, Thầy không đứng về bên thắng hay bên thua của lịch sử, mà đứng về phía những người chịu khổ. Tại điểm ấy, quyền lực hay ý thức hệ mất tác dụng, chỉ còn lại trách nhiệm của tâm thức. Thầy nhìn vấn đề của dân tộc không qua câu hỏi "ai sẽ cai trị", mà qua câu hỏi sâu hơn và bản chất hơn: "ai đủ tỉnh thức để không tái tạo khổ đau." Như vậy, giải pháp dân tộc không còn được truy tìm trong cấu trúc chính trị, mà trong năng lực tự giác và tự trị của tâm.

Và vì thế, Thầy không kêu gọi hành động dựa trên xung lực phản kháng, mà trên năng lực chuyển hóa. Trong tư tưởng của Thầy, hận thù không thể được chữa lành bằng đối kháng, mà bằng khả năng hiểu được nỗi đau của người đối diện. Đó không những là một lập luận đạo lý, mà là một cách đặt tư tưởng yêu nước lên tầm cao mới - từ phạm vi chính trị sang phạm vi tâm linh, từ đối đầu sang hòa giải bằng trí tuệ.

Vậy thì, nhìn thấu bản chất sự hiện hữu của Thầy trong lịch sử tư tưởng Việt Nam, ta có thể nói 'Di sản của Tuệ Sỹ' là sự kết hợp hiếm hoi giữa trí tuệ, từ bi và khí tiết - một mẫu hình văn hóa cho người Việt trong thời đại hậu chiến và toàn cầu hóa.

Không riêng dành cho cộng đồng Phật giáo, mà cho tất cả những ai đang đi tìm một nền tảng tinh thần để bước vào tương lai trước những đổ vỡ của quá khứ. Nhưng nếu chỉ dừng ở đó, chúng ta mới chỉ chạm vào lớp ngoài của di sản. Điều lớn nhất Thầy để lại không phải là hệ thống tư tưởng hay tác phẩm, mà là *thái độ hiện hữu* - một cách sống triết lý giữa đời, trong đó **tự do tinh thần không phải là kết quả của đấu tranh, mà là hệ quả của *vô trụ*.**

Vô trụ - không bám víu, không tự đồng nhất mình với bất kỳ vị thế, phe phái hay vai trò lịch sử nào - chính là nền tảng sâu nhất trong tư tưởng và hành động của Thầy. Thái độ ấy không phải là đứng ngoài thế sự, mà là đứng giữa thế sự mà không bị nó quyết định. Cũng không phải là phủ nhận đời sống, mà là *sống một cách trọn vẹn nhưng không bị bất cứ hình thức nào trói buộc.*

Nếu trong triết học phương Tây, tự do là "tự quyết định lấy mình", thì trong chiều sâu minh triết của Thầy, tự do là **buông bỏ những gì ngăn trở bản thể hiển lộ**. Và điều đó làm nên *sức mạnh mềm của văn hóa tồn tại qua nghịch cảnh*, chứ không ồn ào trong tuyên ngôn. Nhờ *vô trụ*, Thầy có thể đi qua lịch sử như một người chứng, chứ không phải như một nhân vật bị lịch sử đặt tên; Thầy thuộc về dân tộc mà không lệ thuộc vào bất kỳ khuôn thức dân tộc luận nào; Thầy thương kính quê hương mà không cần đồng hóa mình với khát vọng thắng - bại.

Có thể nói, *vô trụ chính là hình thái cao nhất của khí tiết mà thầy để lại*: khí tiết không đến từ đối kháng, mà từ sự thong dong của một nội tâm đã nhìn xuyên qua mọi giả lập. Chính nhờ vô trụ, trí tuệ trở thành khả năng soi sáng mà không ràng buộc; từ bi trở thành hành động mà không cầu tri ân; và khí tiết trở thành sự đứng vững không cần chống đỡ.

Trong tinh thần ấy, di sản của Thầy không phải chỉ để ngưỡng vọng, mà để *được tiếp tục như một đạo hành*:
- **Không bám vào những gì từng đúng**, vì chân lý là dòng chảy;
- **Không trụ vào những gì đã đau**, vì khổ đau là cơ hội chuyển hóa;
- **Không chờ thời đại tốt hơn**, vì chính thái độ của ta tạo ra thời đại.

Và có lẽ, nếu phải nói bằng chính phong vị tư tưởng Tuệ Sỹ, ta có thể kết lại rằng một *dân tộc chỉ thật sự bước vào tương lai khi biết đi trong lịch sử mà không bị lịch sử nắm giữ. Vô trụ là điểm khởi hành.*

Di sản ấy, ở tầng sâu nhất, không mang tên "Tuệ Sỹ", vì nó không thuộc về một cá nhân. Nó thuộc về *khả tính thức tỉnh của con người Việt Nam khi đi qua đêm dài của thế kỷ*. Thầy chỉ là người đầu tiên bước qua cửa ấy bằng tâm thế ung dung.

Phần còn lại - là trách nhiệm của chúng ta, những người đang sống.

Vì trí tuệ khi không trụ, sẽ sinh từ bi. Và từ bi khi không trụ, sẽ trở thành sức mạnh văn hóa dẫn dắt dân tộc.

Đại Tường kính lễ Thầy - trưởng lão Hòa thượng Thích Tuệ Sỹ - người đã đi qua nhân thế bằng tâm vô trụ và để lại cho hậu thế một con đường tỉnh thức, để mỗi bước chân hôm nay chúng con vẫn còn lặng nghe nhịp thở của trí tuệ và từ bi nơi Người.

Phật lịch 2569 - Ẩn tự 24 tháng 11 năm 2025

Lôi Am

Thầy Tuệ Sỹ Với Gia Đình Phật Tử

QUANG NGỘ ĐÀO DUY HỮU

Không phải đến khi buổi lễ tưởng niệm được cử hành hay những bài viết đầy xúc động xuất hiện khắp nơi trên mạng, chúng ta mới nhận ra rằng sự hiện diện của một bậc Thầy lớn đã từng trú ngụ âm thầm trong đời sống tâm linh của mình. Có những con người đi qua thế gian không để lại dấu theo nghĩa vật chất hữu hình, nhưng mỗi bước chân lại khơi dậy nơi người khác một cách nhìn khác về đời sống, về tinh thần, về dòng chảy âm thầm của đạo lý. Nhắc đến Thầy Tuệ Sỹ, không phải nhắc đến danh vị, học hàm, văn nghiệp hay nghị lực phi thường trong biến cố lịch sử - dù tất cả những điều ấy đều hiển nhiên. Điều khiến chúng ta dừng lại lâu hơn, là vì trong sâu thẳm, chúng ta biết rằng sự quan tâm của Thầy dành cho thế hệ trẻ, đặc biệt những người đã chọn đi cùng lý tưởng Áo Lam trong tổ chức Gia Đình Phật Tử, không bắt nguồn từ trách nhiệm hay vị trí cao Tăng, mà từ một niềm tin rất bền: *khả năng đổi thay của một dân tộc nằm ở nơi trái tim đang lớn lên của tuổi trẻ*, khi trái tim ấy biết đặt mình dưới ánh sáng của trí tuệ và lòng từ bi.

Thầy chưa bao giờ nói với tuổi trẻ như người đứng trên bục thuyết giảng, mà như một người cùng ngồi lại giữa những biến động của thời đại, lắng nghe những câu hỏi thật nhất, không né tránh những hoang mang. Đối với Thầy, giáo dục không phải là truyền đạt giáo điều, mà là mở ra một cánh cửa để người trẻ tự tìm lấy câu hỏi của mình, rồi bước vào chuỗi tự vấn liên tục, học cách nhìn thẳng vào khổ đau mà không chùng bước. Thầy từng nhắc nhở, học Phật không phải để làm học giả hay được gắn thêm một danh vị thuận lợi, mà là để có một đời sống có chiều sâu, tránh để mình trượt vào quán tính của xã hội tiêu thụ hoặc bị trói buộc bởi một thứ quyền lực mà chúng ta tưởng đang nắm giữ nhưng thực ra lại nắm giữ ta. Ở nghĩa ấy, lý tưởng về giáo dục Phật giáo mà Thầy trao lại không nhằm tạo ra những người thông hiểu kinh điển, mà là đánh thức nơi người trẻ một năng lực phát hiện, phát hiện chính điều gì trong ta là giá trị, điều gì xứng đáng để sống trọn đời theo đó.

Có lẽ vì vậy, khi nhìn đến Gia Đình Phật Tử, Thầy không xem đó là một cơ chế tổ chức hay một phong trào thanh niên thuần túy. Với Thầy, GĐPT là một môi trường thực nghiệm của đạo - nơi người trẻ học cách sống đời thường mà không từ bỏ chiều sâu tâm linh, biết tổ chức và tuân thủ nhưng không đánh mất tự do nội tâm, biết kính Tăng-già nhưng không biến giáo pháp thành thứ quyền lực hành chính. Người Huynh Trưởng theo Thầy không đơn thuần là người điều hành sinh hoạt, mà là *cận sự nam nữ của Tăng-già*, những người cùng chia sẻ trách nhiệm với Phật giáo và dân tộc, không đợi phải được giao phó, không chờ tán thán mới hành động.

Với Thầy, điều khiến GĐPT khác với một tổ chức sinh hoạt thanh thiếu niên, chính là ở chỗ lý tưởng giáo dục tại đây không dừng lại ở kỹ năng hay truyền thống, mà là nuôi dưỡng Bồ-đề tâm. Nếu chỉ chăm lo trại mạc, cấp bậc, phong trào nhưng quên giáo lý, quên văn hóa tỉnh thức, quên nâng đỡ nhau trong sự nghe sâu và hiểu thấu, GĐPT sẽ mất đi lý do tồn tại. Ngược lại, khi tâm giáo dục của đạo - nghĩa là giáo dục dựa trên (1) hiểu biết, (2) từ bi, (3) trách nhiệm trước tương lai - được thiết lập, mỗi em Oanh Vũ, mỗi đoàn sinh và Huynh trưởng sẽ không chỉ là người tham gia sinh hoạt, mà là một hạt giống của đạo, tiếp tục thân tâm mà thế hệ trước đã gửi gắm.

Trong những lá thư viết cho các thế hệ tương lai - như Thư gởi Chư Thiện tri thức nhân Tết Nhi đồng - Thầy đã từng cúi xuống thật thấp để nói cùng trẻ thơ, rằng sự mất mát lớn nhất không phải là nghèo hay khổ, mà là sống trong một thế giới nơi người ta không thể tin nhau. Những đứa trẻ hôm nay sẽ lớn trong một môi trường đầy khói bụi tinh thần nếu người lớn không thay đổi cách hành xử, nếu giáo dục không trở lại từ nền tảng của nhân phẩm. Thầy không xoay giáo dục về phía bài giảng, mà về phía tâm thế: không phải Ta sẽ làm gì cho thế hệ sau, mà là Ta sống thế nào hôm nay để thế hệ đó có thể lớn lên một cách lành mạnh. Lời của Thầy nhẹ như hơi thở, nhưng trong như tấm gương được lau sáng, nếu ta không thay đổi thì mọi lời hứa cho tương lai chỉ còn là khẩu hiệu.

Thầy thường khuyến khích người trẻ quyền hoài nghi. Hoài nghi chính mình, hoài nghi hệ thống, hoài nghi những lối mòn tư duy và bất kỳ giáo lý nào nếu chỉ được lặp lại nhưng không được sống. Nhưng Thầy cũng nhắc rằng hoài nghi không phải để phủ nhận, mà là để cẩn trọng mở đường cho trí tuệ. Một người trẻ lý tưởng theo Thầy là người không chấp nhận dễ dàng, nhưng cũng không dùng hoài nghi làm vũ khí chống phá; chúng ta hoài nghi để đào sâu, để tìm mạch nước trong, để có thể đứng thẳng giữa sóng gió mà tâm không chao đảo.

Điều ấy cũng chính là trách nhiệm của Lam viên. Trở thành Huynh Trưởng không phải để giữ vị trí trong tổ chức, mà để bảo vệ sự toàn vẹn của lý tưởng. Không phải để được ghi danh, mà để có thể âm thầm đứng phía sau nâng đỡ những bước chân còn non, dám chịu thiệt thòi nhưng không để ai bị bỏ lại. Trong ý nghĩa ấy, một Huynh Trưởng vừa là người hướng dẫn, vừa là một lời hứa - lời hứa rằng tuổi trẻ có thể sống tử tế, có thể chọn chí hướng cao mà vẫn hiện diện giữa đời với nụ cười không khoa trương. Sự nghiệp giáo dục mà Thầy giao không phải là mở lớp, mà là mở lòng; không phải làm thành tích, mà là trở thành một tấm gương sống động; không phải nói đạo lý, mà là lặng lẽ bước đi về phía ánh sáng ngay cả khi bóng tối còn dày đặc.

Một dân tộc muốn tái sinh, theo Thầy, không bắt đầu từ cải cách lớn lao hay khẩu hiệu chính trị, mà từ việc người trẻ biết giữ lòng không bán cho quyền lực. Phật giáo muốn đi về tương lai, cũng không phải từ hội nghị hay đại lễ, mà từ những bước chân nhỏ biết đặt mình giữa đời sống mà không lạc mất hướng về giác ngộ. Đối với tuổi trẻ, điều ấy có nghĩa là chấp nhận sống trọn với những gì mình tin, ngay cả khi niềm tin ấy không dễ dàng và không được tán thưởng.

Trong không gian ấy, Gia Đình Phật Tử có một vai trò không thể thay thế, là nơi người trẻ tập sống trong cộng đồng, học cách thương nhau không điều kiện, học cách tôn kính mà không phục tùng mù quáng, học cách hành động mà không tìm chỗ đứng. Đó là môi trường hiếm hoi nơi một tâm hồn trẻ có thể đồng thời trưởng dưỡng lý tưởng và chuẩn bị cho thực tại, có thể học cách mềm mại nhưng không yếu đuối, có thể tập buông bỏ cái tôi nhưng không đánh mất phẩm giá. Chính vì thế, khi nhìn về tổ chức Áo Lam, Thầy vừa yêu thương vừa lo lắng, yêu vì đây là mảnh đất thuận để gieo mầm đạo giữa đời; lo vì khi quên mất lý do ban sơ, GĐPT rất dễ bị kéo vào những định chế tổ chức của thời đại, đánh mất linh hồn vì những điều vụn vặt.

Người trẻ theo tinh thần của Thầy không nhất thiết phải làm điều phi thường, nhưng nhất thiết phải sống với *một phẩm chất trong sáng*. Có thể những biến động đời sau sẽ còn nghiệt ngã hơn giai đoạn Thầy đã đi qua, nhưng điều bảo vệ ta sẽ không phải là sức mạnh tranh đấu, mà là năng lực nội tâm đã được nuôi dưỡng từ những điều rất giản dị, một lần nói thật, một lần chọn vị tha thay vì phán xét, một lần kiên nhẫn thay vì bỏ cuộc. Trong ý nghĩa ấy, giáo dục của đạo không diễn ra ở pháp đàn, mà giữa những khoảnh khắc đời thường, nơi ta lặng lẽ thực hành điều mình tin - dù không ai chứng kiến.

Di sản mà Thầy gởi lại cho Lam viên hôm nay, có lẽ là đừng vội tìm cách "đóng góp cho đạo", hãy bắt đầu bằng việc sống tinh tế hơn với chính mình. Đừng lo tổ chức sẽ ra sao nếu ta chưa thay đổi cách nhìn người bên cạnh. Đừng cố làm lớn nếu ta chưa học làm nhỏ. Giáo dục bắt đầu từ sự thấu cảm, đạo bắt đầu từ khi ta biết nhìn ai đó bằng ánh mắt hiểu biết. Từ đó, mọi hành động mới có gốc rễ.

Thầy đã bước ra khỏi cuộc đời này nhẹ như người đặt một chiếc lá trở lại dòng sông. Nhưng điều Thầy để lại không những là những công trình nghiên cứu, không chỉ là những bài thơ hay triết luận. Điều còn ở lại là một câu hỏi lặng lẽ gửi vào những trái tim còn trẻ: Ta có dám đặt trọn niềm tin vào trí tuệ và lòng từ bi của chính mình, thay vì tìm chỗ dựa bên ngoài? Khi câu hỏi ấy được giữ lại, đạo vẫn còn một đường đi. Và khi người trẻ dám chọn con đường đó - dù chưa biết tương lai ra sao - hạt giống mà Thầy đã âm thầm gieo, mỗi mùa sẽ tự tìm cách nở.

Bấy giờ, từ khoảnh khắc nội tâm nhận ra giá trị của trí tuệ và lòng từ bi như một lẽ sống chứ không phải khẩu hiệu, chúng ta không thể quay về với cách sống cũ. Mỗi quyết định từ nay, dù nhỏ nhất, phải xứng đáng với phẩm giá mà ta đã nhận diện. Dù gập ghềnh hay chưa rõ lối, chỉ cần giữ cho ngọn đèn tâm ấy không tắt thì con đường sẽ hiển hiện.

Nếu có lúc đời sống cuốn ta vào những vòng xoáy của sự thuận chiều, hãy nhớ rằng chính trong những giờ phút không ai thấy, cách ta lựa chọn mới quyết định tương lai của đạo pháp và dân tộc. Không cần nói thêm, cũng không cần chứng minh; chỉ cần đi cho đến tận cùng điều mình tin, dù phải đi một mình, dù thinh lặng. Và khi cần thiết, hãy sẵn sàng đứng thẳng, với một nụ cười không khuất phục, giữa những điều tưởng như không thể đổi thay.

Bởi giữ được một niềm tin thanh sạch trong thời loạn chính là cách mạnh mẽ nhất để trả lời cho cõi đời, và biết đặt bước chân đúng hướng giữa đêm dài cũng đã là một phần của bình minh.

Phật lịch 2569 - Livermore, tháng 11 năm 2025

Quang Ngộ Đào Duy Hữu

‘Một Cõi Tâm Không’...

UYÊN NGUYÊN

Khoảnh khắc chữ chưa thành hình mà ý đã rung động, và nếu có thể, nên để những giây phút trước khi ý hiển lộ trở thành điểm khởi đầu - nơi khoảng trống biết nói, nơi im lặng tự khơi nguồn.

Thơ Tuệ Sỹ không hề bắt đầu bằng ngôn từ mà khởi từ một hành động dấn thân mà không trụ. Bước vào giữa trần gian như người hành cước không mang theo hành lý; đến chỗ hiểm nghèo mà không cầu an ổn; Thầy viết không phải để dựng tri kiến, mà để chứng nghiệm một hướng đi. Đọc thơ Thầy, không bằng mắt mà bằng hơi thở gặp gỡ giữa cái hữu hạn ta đang nương và cái vô hạn Thầy chưa từng nắm giữ.

Nếu phải nói gì về cõi ngôn ngữ ấy, tuyệt đối không thể bắt đầu bằng câu “Thơ Tuệ Sỹ là...”, vì thơ Thầy không bao giờ đứng yên sau dấu hai chấm. Vì không cho định nghĩa, không chấp đóng khung, là hành vi bước qua mọi nỗ lực phân loại.

Có những câu thơ Thầy viết như người đang đi trong đêm, không phải vì bóng tối mà cần phải bật lửa soi đường, mà vì nơi tối ấy chính là chỗ hành giả thử độ tĩnh lặng của bản tâm. Nên cái ‘ngã xuống’*

---

* *"Rồi ngã xuống nghe suối tràn ngập máu*
Thân là thân cỏ lá gập ghềnh xuôi
Chờ mưa tạnh ta trải trăng làm chiếu
Nghìn năm sau hoa trắng trổ trên đồi."
(Tuệ Sỹ - Thiên Lý Độc Hành, 2011-2012)

không mang sắc thái bi thương, đó là động tác trả thân vào dòng chảy để cỏ lá bị cuốn đi, còn cái không bị cuốn - là chính nơi thơ khởi sinh.

Có những bài thơ như một ánh trăng tìm đường trong đôi mắt bị che kín, đó cũng không phải là ước nguyện hậu lai, càng không phải là một dự phóng thi ca, mà đó là câu trả lời của một người đã từng dùng mái đầu mình làm chỗ tựa cho những suy tưởng đến tận cùng giới hạn của lịch sử và bi ai nhân loại.

Vậy thì '*Nghìn năm sau hoa trắng*' có nở hay không không quan trọng bằng động tác 'trải trăng làm chiếu' ngay lúc này. Đó là thiền vị trong hành động, thơ từ đó hiện.

Nếu có thể nói đôi điều trong tư cách kẻ đứng bên rìa con chữ, thì xin thưa rằng Tuệ Sỹ không viết để ai đó đọc; Thầy viết để mình tan ra trong đường chữ. Và chỉ khi người đọc cũng tan ra như vậy, bài thơ mới thực sự bắt đầu.

Bấy giờ, thơ trong trường hợp này không để giới thiệu, mà để rút lui đúng lúc. Không phải để định danh, mà để mở ra một cửa ngỏ cho người đọc tự bước vào. Bởi nếu cố dẫn dắt, là làm nghẹt hơi thơ vốn không chịu bị dẫn. Còn nếu trầm trọng hóa, là làm mất đi cái nhẹ như bóng gió giữa hai sườn núi mà Thầy từng đặt bút.

Cho nên, thay vì, xin thuần túy thắp một nén hương nhỏ và lui dần ra phía sau, vì có một Người đã đi qua thế gian này không bằng bước chân, mà bằng tấm lưng quay về phía bao biến động, chống gậy trúc hướng về một cõi Tâm Không. Sau Thầy, có thể sẽ có những người còn lại. Nhưng ở khoảnh khắc ấy, chỉ có gió trên lau trắng và một áng mây im lìm ghi nhận sự hiện diện của Thầy.

Thơ Tuệ Sỹ, suy cho cùng, không phải là nơi để ta đi tìm Thầy, mà là nơi để Thầy có thể đi vào muôn trùng, và ta chợt hiểu thế nào là "dấn thân mà không trụ"

Nên thơ Tuệ Sỹ không phải là chữ mà là hơi thở trở về, tựa như những bước chân nhẹ nhàng trên triền dốc giữa đôi bờ sử lịch lau lách - đong đưa - nhưng không nghe tiếng động.

Ở đó, tưởng chỉ là tiếng vọng của hoài niệm riêng tư, nhưng thực ra

Thầy mở toang một cửa ngõ rất trầm lắng, nơi tâm không chẳng phải là rỗng không, mà là khoảng trống đủ rộng để dung chứa hết thảy. 'Tâm không' của Thầy, do đó, không phải là khoảng trời dứt bặt, mà là hư vô có nhịp đập, nơi mỗi hạt bụi đều tự biết đường về. Ở đó, quá khứ không tắt, chỉ lắng xuống như tro than cuối ngày ở am Thị Ngạn, đủ ấm, để ta ngồi lại mà không buồn bốc lửa.

Và ở đó còn thứ ánh sáng cuối cùng vẫn sót lại trên vai kẻ độc hành, một thứ ánh sáng biết thở dài, biết vỡ, và biết dịu. Quá khứ ngập tràn không vì kiêu hãnh, mà vì Người đã im lặng. Sự im lặng của hành giả luôn mở cửa cho mọi tàn phai trở thành chứng nhân...

Phật lịch 2569 - Lập Đông 11.2025

Uyên Nguyên

Tri Ân Thầy Trong Lễ Đại Tường,

MỘT NÉN TÂM HƯƠNG TƯỞNG NIỆM VỊ THẦY TUỆ (SỸ), BẬC LONG TƯỢNG CỦA PHẬT GIÁO VIỆT NAM

THIÊN NHẠN

Trong không gian tĩnh lặng của một buổi sớm mùa thu tại thủ phủ Sacramento. Trời đã se lạnh, gió mùa vừa sang và những cơn mưa cũng đang bắt đầu nặng hạt, con chắp tay hướng về phương trời xa, nơi pháp thân Thầy vẫn tỏa rạng giữa hư vô. Bao nhiêu lời muốn nói, rồi bỗng hóa thành im lặng, vì làm sao dùng được lời phàm để nói hết công đức, trí tuệ và từ bi của một bậc Thạc đức như Thầy, người mà bốn chúng gọi là bậc minh sư, bậc long tượng Phật Giáo Việt Nam - Hòa Thượng Thích Tuệ Sỹ - người đã hiến trọn đời mình cho đạo pháp, dân tộc và nhân loại.

Thầy là biểu tượng của trí tuệ không khuất phục, của từ bi vô lượng, của văn hóa khai phóng và giáo dục vị tha. Dáng Thầy gầy, giọng nói nhỏ nhẹ, nhưng ý chí và tầm nhìn của Thầy vững như núi Tu Di giữa pháp hội trần gian. Từ thân giáo, khẩu giáo cho đến ý giáo, Thầy đã gieo hạt giống Bồ-đề trong bao thế hệ, từ chốn thiền môn đến học đường, từ kinh sách Phật học đến văn chương nhân thế.

Hạnh nguyện Bồ Tát của Thầy mà trong đó có sự nuôi dưỡng, giảng dạy hay dịch thuật, mà là thức tỉnh con người trong từng lời kinh, từng hơi thở, từng ý niệm hay từng hành động lợi sinh. Thầy dạy rằng văn hóa và giáo dục là con đường dài của sự chuyển hóa, còn chính trị hay quyền lực chỉ là gió thoảng, mây bay. Thầy lấy đại bi làm nguyện, đại trí làm phương tiện, đại hùng làm hành động - ba cột trụ của một đời Bồ-tát hành đạo giữa nhân gian.

Như nhiều người đã biết, với bao năm tháng lao tù, Thầy vẫn ung dung. Trước bất công, Thầy không oán hờn. Trong khổ đau, Thầy không than thở. Trong im lặng, Thầy vẫn dạy đời bằng chính trí tuệ và thân giáo của mình. Cả cuộc đời Thầy là một bài kệ sống. Quả đúng như vậy, mỗi hơi thở, mỗi nụ cười, mỗi dòng thơ, mỗi bản dịch, đều là một pháp âm. Thầy đúng là vị Thầy của bốn chúng và của nhiều thế hệ. Thầy chính là người khơi sáng niềm tin và dũng lực cho Tăng Ni, Phật tử và tuổi trẻ Việt Nam. Với Thầy, tuổi trẻ là tương lai của đạo pháp và dân tộc, là hạt giống cần được tưới tẩm bằng sự hiểu biết, tình thương và tinh thần khai phóng. Thầy thường dạy chúng con, "Lấy văn hóa và giáo dục làm hành trang cho cuộc đời mình." Lời dạy ấy, như giọt sương đầu ngày, trong veo, thấm nhuận vào con nhẹ nhàng và sâu thẳm. Với nhiều vị Tăng sĩ hay Phật tử Việt Nam, đó là ngọn hải đăng soi đường trên hành trình phụng sự: vừa dấn thân, vừa tỉnh thức; vừa học hỏi, hành trì, noi theo, và tiếp nối.

Nhân đây, xin được kể lại một ước mơ và ý nguyện sâu xa của Thầy, để tất cả chúng ta cùng nhau nỗ lực tiếp nối. Đó là giấc mơ về một Trường Đại học Phật giáo Việt Nam tại Hải ngoại - một ước nguyện mà Thầy đã ấp ủ từ lâu, với tâm nguyện muốn thấy ánh sáng của Chánh pháp lan tỏa khắp nơi, để thế hệ con cháu mai sau còn có nơi nương tựa vào văn hóa, trí tuệ và đạo hạnh của Phật Giáo Việt.

Trong những lần được hầu chuyện cùng Thầy, người viết vẫn nhớ mãi giọng nói nhỏ nhẹ, hiền từ mà kiên định của Thầy khi nói về giấc mơ ấy. Một giấc mơ không mang dáng dấp của quyền lực hay danh vọng, mà thuần túy là hạnh nguyện độ sinh và hoằng dương Chánh pháp. Thầy hỏi: "Nếu có điều kiện, chúng ta có thể thành lập một trường đại học cho Phật giáo Việt Nam tại xứ người thì nên xây dựng ở đâu?"

Chúng tôi khi ấy chỉ biết thưa theo cái hiểu biết của mình. Thầy nghe xong, trầm ngâm nói một cách hiền hậu: "Vậy thì, ta có thể khởi sự ở Âu Châu. Ở đó có Hòa thượng Thích Như Điển, có nhiều đệ tử uyên bác - cả Tăng, Ni, và cư sĩ - đang dấn thân trong ngành giáo dục. Ở đó, có môi trường tốt, có nhân duyên thuận lợi."

Thầy nói xong và vẽ tiếp một con đường. Thầy bảo: Trước hết, chúng ta hãy thử một Viện Phật Học, như một chi nhánh đầu tiên. Từ đó, sẽ vun bồi nhân sự, tài lực, và nền tảng để tiến tới Đại học. Làm chậm nhưng bền, làm ít nhưng thật và phải hoàn tất trong 5 năm để bắt đầu thành lập trường Đại học trong 10 năm.

Chúng tôi khi ấy liền thưa lại rằng: Ở Hải ngoại, có nhiều vị Hòa thượng luôn hết lòng hỗ trợ Thầy như HT. Thích Như Điển, HT. Thích Nguyên Siêu, HT. Thích Bổn Đạt, cùng những bậc Thầy trẻ đã và đang du học hay hành đạo ở hải ngoại, như Thầy Tâm Nhãn, Sư Cô Khánh Năng (Hạnh Thân), Sư Cô Diệu Nguyệt, v.v... Lại còn có những cư sĩ trung kiên, hết lòng vì Phật sự và vì Thầy, như anh Nguyên Đạo, anh Tâm Huy, anh Tâm Quang, anh Thị Nghĩa, cùng nhiều Phật tử tại Âu, Mỹ, Úc luôn nguyện làm cánh tay nối dài cho Giáo hội.

Thầy nghe xong, hoan hỷ vô cùng. Thầy hoan hỷ và chúng tôi thầm nghĩ nếu có nhân duyên như vậy, thì ắt việc này có thể thành tựu. Thế rồi Thầy kết luận, một trong những nơi thích hợp nhất, có thể là Học Phật Viện Viên Giác ở Đức quốc. Ở đó, có HT. Thích Như Điển, và nhiều vị học trò chí thiết, có tâm và có tầm. Thầy tin rằng, nếu nhân duyên thù thắng, nơi ấy sẽ là mầm non đầu tiên của giấc mơ Đại học Phật giáo Việt Nam nơi xứ người.

Điều làm chúng tôi cảm động hơn cả là hiện nay tại Hải Ngoại có Sư Cô Thích Nữ Hạnh Thân, Sư Cô Diệu Nguyệt (Sucandra - Alena Gripass), chị Mai Lê (Con gái của Cô Nhã Ca), đã cùng nhau thành lập Học Viện Chúng Hương Online (Xin xem trang nhà ở đây, https://chunghuonginstitute.org/) để tiếp nối các công việc Phật sự của Thầy, như những mạch nước trong chảy tiếp từ nguồn tâm Đại Bi, Đại Trí của Thầy. Thầy vẫn thường dạy: Chúng ta không chỉ giữ đạo cho riêng mình, mà phải gieo lại hạt giống Chánh pháp muôn phương. Giấc mơ của Thầy, do đó, không chỉ là dựng một nơi chốn bằng gạch ngói, mà là xây dựng một ngôi nhà tâm linh của trí tuệ và từ bi - nơi hội tụ tinh hoa văn hóa Việt, minh triết Phật giáo và tinh thần giáo dục nhân bản của nhân loại.

Giấc mơ và hạnh nguyện của Thầy - cũng là lời gửi gắm cho chúng ta hôm nay. Dù học viện hay trường đại học ấy chưa mọc lên giữa trời Âu hay đất Mỹ, nhưng hạt giống của nó đã được Thầy gieo sẵn trong tâm của mỗi người học trò. Chỉ cần chúng ta cùng chung tay, nuôi dưỡng bằng tâm thành, bằng đạo hạnh, và bằng trí tuệ - thì một ngày nào đó, một trường Đại học Phật giáo Việt Nam tại Hải ngoại sẽ thành hình như một đóa sen giữa trời Tây, tỏa hương cho đời và nối dài ánh sáng từ bi của Đạo Phật Việt Nam trên khắp năm châu. Thầy muốn nơi đó là chỗ để người xuất gia hay tại gia, trẻ hay già, Đông hay Tây - cùng chia sẻ một lý tưởng: "Học để giác ngộ và phụng sự."

Ước vọng của Thầy cũng chính là trách nhiệm của kẻ hậu lai. Chúng con, những kẻ hậu học đang cúi đầu nhận lấy lời nhắn nhủ ấy như một tâm ấn truyền đăng. Dẫu biết con đường này nhiều chông gai, nhưng mỗi bước đi là một đoá sen nở, mỗi bàn tay góp lại là một viên gạch dựng nên Đại học Từ Bi - Trí Tuệ. Chúng con tin rằng, ngọn lửa Tuệ Sỹ đã và đang lan toả như hạnh nguyện 'hư không hữu tận, ngã nguyện vô cùng' của Thầy. Từ Dambri đến Hannover, từ Washington D.C. đến Paris, từ Huế đến Sydney, từ Saigon đến Vancouver - bất cứ nơi nào có người Việt còn hướng về Phật pháp, nơi ấy có thể là mảnh đất tâm cho Phật giáo Việt Nam đang nảy mầm.

Với tầm nhìn khai phóng và nhân bản của Thầy, Giáo dục Phật giáo không chỉ đào tạo Tăng tài, mà còn phải đào tạo những con người có tâm hồn tự do, có trí tuệ khai mở và trái tim nhân hậu. Viện Phật Học hay trường Đại học ấy - trong giấc mơ của Thầy sẽ là nơi không bị ràng buộc người học vào khuôn khổ giáo điều, mà là nơi khai phóng tư duy, thắp sáng trí tuệ, dung hòa Đông Tây, kết nối cổ kim, nơi Tăng Ni sinh, học viên, sinh viên không chỉ học hỏi Kinh, Luật, Luận, mà còn chuyên tâm vào khoa học, triết học, giáo dục, nghệ thuật, ngôn ngữ, và nhân quyền - tất cả đều soi chiếu bằng ánh sáng Từ Bi và Trí Tuệ của Đạo Phật.

Di sản của Thầy đã nằm trong hơn nửa thế kỷ trước tác, giảng dạy và dịch thuật và đang ở trong tâm hồn nhân bản và tinh thần khai mở mà Thầy đã truyền trao. Công trình phiên dịch Đại Tạng Kinh Việt Nam là một sự nghiệp giáo dục và tâm linh vĩ đại - nối liền quá khứ với tương lai, truyền thống với hiện đại, Đông phương với Tây phương. Những lời Thầy dạy, những lá thư, những bản thảo, những dòng thơ như "quán trọ" giữa cuộc đời, là nơi ta dừng lại để soi chiếu tâm mình, để thấy vô thường mà không sợ hãi, để sống giữa đời mà không đánh mất chân tâm.

Thầy ơi,

Tháng Mười Một lại về, mưa vẫn rơi như những giọt tâm tư. Thuyền từ Giáo hội còn neo bến, nhưng bóng Thầy đã khuất giữa trời Không. Tuy nhiên, ngọn đuốc và ánh sáng mà Thầy đã thắp lên vẫn lan toả trong từng nụ cười lam áo, trong từng lời giảng, trong từng trang kinh được mở. Chúng con xin kính tri ân Thầy.

Chúng con xin nguyện tiếp nối hạnh nguyện độ sinh của Thầy,

Lấy Chánh pháp làm đường đi,
Lấy Từ bi làm lẽ sống,
Lấy Trí tuệ làm hơi thở của từng ngày.

Xin nguyện hồi hướng những công đức lành đến pháp thân thanh tịnh của Thầy-bậc Cao Tăng Thạc đức, Nhà giáo dục lớn, người đã soi sáng tâm hồn Việt giữa vô minh nhân thế.

Nam Mô Bổn Sư Thích Ca Mâu Ni Phật

Sacramento, Bạch Vân Am, 2025

Thiên Nhạn

Tỉnh Thức Giữa Giấc Ngủ Đông Miên

NGUYÊN KHÔNG

PL. 2547
Quảng hương Già lam
Ngày 28.10.2003

Các con thương quý,

Trong những ngày gần đây, những biến động tuy làm sửng sốt thế giới nhưng hầu như chỉ làm gợn sóng một ít nơi đây để giữ yên cho giấc ngủ đông miên kéo dài qua hai thập kỷ của Phật giáo Việt nam.

Trong không khí được bao trùm bởi trạng thái ứ đọng của vũng nước ao tù, bị cắt đứt với mạch nguồn quá khứ, bị che chắn khuất tầm nhìn tương lai; trong không khí đó tâm tư ước nguyện của thế hệ non trẻ, của thế hệ tăng ni sinh mới lớn, như được bộc lộ trong những ngày vừa qua, từ Bình định cho đến Thừa Thiên - Huế, là dấu hiệu của nguồn mạch ngầm vẫn luân lưu bất tuyệt trong dòng lịch sử truyền thừa của Phật giáo Việt nam. So với khối lượng tăng ni sinh trong cả nước, các con chỉ là một nhóm nhỏ. Ít, nhưng đây là những hạt lúa chắc. Nhiều, nhưng chỉ là vỏ trấu, và là những hạt chưa được ủ mầm mà đã mục ruỗng bên trong.

Các con hãy tự hào, với niềm tự hào trong trắng và vô tư của tuổi trẻ, từ thời điểm cột mốc này, đã một lần và mãi mãi đứng thẳng trên đôi chân của chính mình, bằng đôi mắt trí tuệ và hùng lực mà nhìn thẳng không khiếp sợ vào quyền lực xấu ác của thế gian, tự xác định hướng đi cho bản thân để làm những việc cần làm cho chính mình và cho mọi người.

Thế hệ của thầy, những thanh niên đồng trang lứa được nuôi dưỡng để đưa vào chiến trường của cuộc chiến tranh ý thức hệ, được giáo dục để biết hận thù giai cấp. Nhưng may thay, giòng suối Từ vẫn âm thầm tuôn chảy, để xoa dịu những đau thương mất mát, để hàn gắn những đổ vỡ điêu tàn của dân tộc.

Các con lớn lên trong thời đại thanh bình, nhưng các con lại bị ném vào giữa một xã hội mất hướng. Quê hương và đạo pháp là những mỹ từ thân thương nhưng đã trở thành sáo rỗng. Các bậc cao tăng thạc đức, một thời đã đánh thức lương tâm nhân loại trước cuộc chiến hung tàn, đã giữ vững con thuyền đạo pháp trong lòng dân tộc, nay chỉ còn lại bóng mờ và quên lãng.

Thế hệ các con được giáo dục để quên đi quá khứ. Nhiều người trong các con không biết đến Giáo hội Phật giáo Việt nam Thống nhất là gì, đã làm gì và cống hiến những gì cho sự nghiệp văn hóa, giáo dục, hòa bình dân tộc, trong những giai đoạn hiểm nghèo của lịch sử dân tộc và đạo pháp của đất nước. Một quá khứ chỉ mới như ngày hôm qua mà di sản vẫn còn đó nhưng đã bị chối bỏ một cách vội vàng. Di sản được tích lũy ròng rã hàng thế kỷ, bằng tâm tư của qua bao khổ lụy đau thương, bằng máu và nước mắt của biết bao Tăng Ni, Phật tử, mà những người gầy dựng nên di sản đó bằng bi nguyện và hùng lực của mình, có vị bị bức tử bởi bạo quyền, có vị suốt năm tháng dài chịu tù đày, bị lăng nhục. Nhưng sống hay chết, vinh hay nhục, không làm dao động tâm tư của những ai biết sống và chết xứng đáng với phẩm cách của con người, không hổ thẹn với phẩm hạnh cao quý của bậc xuất gia.

Người xuất gia, khi cất bước ra đi là hướng đến phương trời cao rộng; tâm tính và hình hài không theo thế tục, không buông mình chiều theo mọi giá trị hư dối của thế gian, không cúi đầu khuất phục trước mọi cường quyền bạo lực. Một chút phù danh, một chút thế lợi, một chút an nhàn tự tại; đấy chỉ là những giá trị nhỏ bé, tầm thường và giả ngụy, mà ngay cả người đời nhiều kẻ còn vất bỏ không tiếc nuối để giữ tròn danh tiết. Chớ khoa trương bảo vệ Chánh pháp mà thực tế chỉ là ôm giữ chùa tháp làm chỗ ẩn núp cho Ma vương, là nơi tụ hội của cặn bã xã hội. Chớ hô hào truyền pháp giảng kinh mà thực chất là mượn lời Phật để xu nịnh vua quan, cầu xin một chút ân huệ dư thừa của thế tục, mua danh bán chức. Xưa kia, khi vua chúa bắt sư tăng cúi đầu nhận tước lộc của triều đình để làm tôi tớ cho vương hầu, chư Tổ đã sẵn sàng đặt đầu mình trước gươm bén, giữ vững khí tiết của người xuất gia, bước theo dấu chân vô úy, vô cầu của các bậc Thánh Đệ tử, được gói gọn trong thanh quy: "Sa môn bất kính vương giả".

Nhẫn nhịn đời nhưng không để cho quyền lực đen tối của đời sai sử. Tùy thuận thế gian, nhưng không tự đắm chìm trong dòng xoáy ô trược của thế gian. Các con hãy tự rèn luyện cho mình một tín tâm bất hoại; một đức tính dũng mãnh vô úy; nỗ lực tự huân tập trí tuệ bằng văn, tư, tu để nhìn rõ sự tướng chân ngụy, để thấy và biết rõ mình đang ở đâu, đang đi về đâu; không nhắm mắt phóng càn theo cỗ xe lộng lẫy bên ngoài nhưng rệu rã bên trong, đang lao xuống dốc dài không định hướng.

Mỗi thế hệ có vấn đề riêng của nó, do những biến thiên của xã hội chung quanh, do những biến cố dao động mang tính thời đại. Thế hệ của thầy thừa hưởng được nhiều từ Thầy Tổ, nhưng chưa hề báo đáp được ân đức giáo dưỡng cao dày trong muôn một. Chỉ mới tròn ba mươi tuổi đã phải khép lại cổng chùa, vác cuốc lên rừng, xuống biển, cũng mưu sinh lao nhọc như mọi người. Rồi lại vào tù, ra khám, lênh đênh theo vận nước thăng trầm. Sở học và sở tri cũng cùn mòn theo tuổi đời, năm tháng. Duy, chưa có điều gì thất tiết để điếm nhục tông môn, uổng công Sư trưởng tài bồi. Một chút niềm tin chưa hề thoái thất, chỉ mong cùng chia sẻ với thế hệ kế thừa. Một thế hệ đang trưởng thành để khơi tỏ ngọn đèn Chánh pháp giữa một đất nước thấm nhuần phong hóa.

Cầu mong các con có đủ dũng mãnh để đi bằng đôi chân của mình, nhìn bằng đôi mắt của mình, tự xác định hướng đi cho chính mình. Thầy sẽ là người bạn đồng hành với các con trên đoạn đường bóng xế của đời mình.

Thầy,
Tuệ Sỹ

Những ký tự im lặng trên màn hình máy điện toán - tưởng đã lùi vào vùng hoài niệm của một thời quá vãng - giờ đây bỗng hiện lên khác lạ khi được đọc lại hôm nay. Không phải vì mình khám phá thêm điều gì mới lạ, mà chính vì thời đại đã thay màu, và từ trong vũng nước đục của hiện tại, những dòng chữ trầm mặc bỗng trở thành tấm gương nghiêm khắc phản chiếu chính mình. Thư Thầy đề ngày 28.10.2003, gởi đến "các con thương quý" - thế hệ tăng ni sinh mới lớn - giờ đây đọc lại như lời nhắc nhở gửi cho cả một thế hệ khác, thế hệ của những ai đã đi qua thêm hơn hai mươi năm lịch sử, nhưng trong chiều sâu tâm thức, vẫn còn loay hoay trước cùng một câu hỏi mà Thầy đã đặt ra ngày đó: chúng ta đang sống bằng di sản nào, và chúng ta đã làm gì với di sản ấy?

Hình ảnh "*giấc ngủ đông miên kéo dài qua hai thập kỷ của Phật giáo Việt Nam*" không chỉ để mô tả bối cảnh, mà là một chẩn đoán. Một cách chẩn đoán vừa lạnh lùng, vừa đau xót. Trong ý nghĩa đó, giấc ngủ đông không phải là cái chết; nó là trạng thái tiềm tàng của một sinh mệnh vẫn còn đó, nhưng các giác quan đã tê liệt, không còn đáp ứng trước những lay động của thế giới. Thầy nhìn những "*biến động tuy làm sửng sốt thế giới*" nhưng với Phật giáo Việt Nam chỉ "*làm gợn sóng một ít nơi đây*", như thể đạo Phật trên quê hương đã co mình vào một vùng an toàn, chấp nhận để cho đời sống tâm linh bị phủ lên lớp sương dày của sự trơ lỳ, lãng quên. Hình ảnh "*vũng nước ao tù, bị cắt đứt với mạch nguồn quá khứ, bị che chắn khuất tầm nhìn tương lai*" vừa áp dụng cho thể chế hay cơ cấu tổ chức; vừa là trạng thái tinh thần của một cộng đồng đánh mất năng lực tự phản tỉnh, tự vấn, tự nhận diện mình trong dòng lịch sử.

Nhưng chính giữa không khí đọng lại ấy, Thầy lại nghe, lại thấy "*dấu hiệu của nguồn mạch ngầm vẫn luân lưu bất tuyệt trong dòng lịch sử truyền thừa*". Nguồn mạch ngầm này không nằm trong văn bản, quyết nghị, khẩu hiệu; nó vụt lên từ những tâm hồn trẻ dám đứng dậy, từ Bình Định đến Thừa Thiên - Huế, như được Thầy nhắc tới bằng một niềm trìu mến pha lẫn hy vọng. Thầy không lý tưởng hóa tuổi trẻ. Thầy biết rõ "*so với khối lượng tăng ni sinh trong cả nước, các con chỉ là một nhóm nhỏ*". Nhưng Thầy dùng một ẩn dụ rất thẳng - "*Ít, nhưng đây là những hạt lúa chắc. Nhiều, nhưng chỉ là vỏ trấu, và là những hạt chưa được ủ mầm mà đã mục ruỗng bên trong."* - Đó không phải là lời tán dương, cũng không là lời quở trách. Đó là cách gọi một sự thật: lịch sử tâm linh không được quyết định bằng số lượng, mà bằng phẩm chất của một ít người dám mang lấy trách nhiệm của giống lúa.

Gần một phần tư thế kỷ trôi qua, nhìn lại đời sống Phật giáo Việt Nam - câu hỏi âm thầm của lá thư vẫn còn nguyên tính thời sự, chúng ta thuộc về hạt giống nào? Giống lúa chắc, hay vỏ trấu ồn ào? Khuôn mặt Phật giáo hôm nay, với những công trình to lớn, những lễ hội hoành tráng, những mạng xã hội rộn ràng - có khi lại làm cho ẩn dụ "*cỗ xe lộng lẫy bên ngoài nhưng rệu rã bên trong*" của Thầy thành ra gần gũi đến bất an. Ta dễ ngộ nhận rằng đôi ba sự kiện rầm rộ là dấu hiệu của sức sống, trong khi bên dưới, tín tâm bị pha loãng, đời sống tu học bị thế tục hóa, và di sản lịch sử bị đẩy dạt ra ngoài lề ý thức cộng đồng.

Một trong những điều Thầy nêu đau nhất là khi chạm đến căn bệnh mất trí nhớ lịch sử. Thế hệ hậu học của Thầy - và bây giờ là thế hệ chúng ta - "*được giáo dục để quên đi quá khứ*". Quên đi ở đây không phải là không còn một chút thông tin nào; quên đi là sống như thể không có gì đáng để nhớ. Giáo hội Phật giáo Việt Nam Thống Nhất, qua lời Thầy, không những là một tổ chức; đó là ký ức tập thể về những chặng đường mà đạo pháp đã đi cùng dân tộc trong những giai đoạn hiểm nghèo nhất. Thầy nhắc đến "*sự nghiệp văn hóa, giáo dục, hòa bình dân tộc*", nhắc đến "*máu và nước mắt của biết bao Tăng Ni, Phật tử*", nhắc đến những người bị bức tử, bị tù đày, bị lăng nhục, mà vẫn "*không làm dao động tâm tư của những ai biết sống và chết xứng đáng với phẩm cách của con người*".

Di sản đó không nằm trong các tượng đài tưởng niệm; nó nằm trong cách chúng ta hiểu thế nào là "*phẩm hạnh cao quý của bậc xuất gia*", thế nào là "*sống và chết xứng đáng với phẩm cách của con người*". Khi một thế hệ được dạy để quên đi những trang sử ấy, họ đánh mất luôn chiếc la bàn để định hướng cho chính mình trong hiện tại. Bởi vì, như Thầy dạy, vấn đề không phải là quá khứ có hay không, mà là ta có dám tiếp nhận nó như một chuẩn mực để soi lại chính đời sống của mình. Chừng nào chúng ta còn xem quá khứ ấy như một "vấn đề nhạy cảm" cần tránh né, chừng đó đạo pháp còn tiếp tục bị thu nhỏ lại thành một thứ trang trí tinh thần phục vụ những lễ hội hình thức.

Giữa dòng suy tư đó, Thầy nghiêm khắc, tuyệt đối rõ ràng về chân dung người xuất gia. Người ra đi *"hướng đến phương trời cao rộng"*, *"tâm tính và hình hài không theo thế tục"*, *"không cúi đầu khuất phục trước mọi cường quyền bạo lực"*. Từng cụm từ như những đường gậy thiền dứt khoát phác họa một hình ảnh lý tưởng. Nhưng lý tưởng này không phải là một tấm áp-phích tuyên truyền. Nó được đặt đối lập trực diện với những hình thái tha hóa rất cụ thể: *"một chút phù danh, một chút thế lợi, một chút an nhàn tự tại"*; *"ôm giữ chùa tháp làm chỗ ẩn núp cho Ma vương"*; *"mượn lời Phật để xu nịnh vua quan, cầu xin một chút ân huệ dư thừa của thế tục, mua danh bán chức."*

Đọc lại những lời ấy hôm nay, chúng ta khó lòng tự trấn an rằng đó chỉ là chuyện của hai thập kỷ trước. Những hình thức tinh vi của "phù danh" và "thế lợi" có thể đã thay áo, bước lên các nền tảng truyền thông mới, khoác thêm ngôn ngữ quản trị, marketing, thậm chí một thứ "tâm lý học đại chúng". Nhưng bản chất vẫn không đổi: khi đạo Phật được sử dụng như công cụ để củng cố quyền lực, để tô son cho cấu trúc trần tục, thì cánh cửa *"chùa tháp làm chỗ ẩn núp cho Ma vương"* lại mở rộng, dưới những hình thức ngày càng khó nhận diện hơn.

Trước đó nhiều thế kỷ, câu *"Sa môn bất kính vương giả"* được ghi trong thanh quy như một lời nhắc về tư thế nội tâm của người xuất gia. Không phải thái độ kiêu mạn ngã mạn, mà là sự giữ gìn một khoảng cách thiêng liêng để không đánh mất tự do nội tâm trước mọi "tước lộc của triều đình". Thầy gợi lại lịch sử *"khi vua chúa bắt sư tăng cúi đầu nhận tước lộc để làm tôi tớ cho vương hầu"* và hình ảnh *"chư Tổ đã sẵn sàng đặt đầu mình trước gươm bén"*. Ở đây, lịch sử không phải là chuyện kể anh hùng; nó là tấm gương được đưa sát khuôn mặt hiện tại. Trả lời câu hỏi hôm nay, khi những gươm bén không còn mang hình hài của vũ khí, mà núp dưới những áp lực tinh thần, vật chất, danh vọng, lợi ích, chúng ta sẽ giữ tư thái nào?

Nếu nhìn kỹ, ta sẽ thấy toàn bộ lá thư không hề có một chữ oán trách. Thầy không đứng từ vị trí đạo đức cao hơn để rầy la hay kết tội thế hệ sau. Trái lại, Thầy tự thú về thế hệ của mình: *"thừa hưởng được nhiều từ Thầy Tổ, nhưng chưa hề báo đáp được ân đức giáo dưỡng cao dày trong muôn một"*. Ngay cả những đoạn kể về *"ba mươi tuổi đã phải khép lại cổng chùa, vác cuốc lên rừng, xuống biển"*, về *"vào tù, ra khám, lênh đênh theo vận nước thăng trầm*", cũng không nhằm tạo nên một thứ huyền thoại khổ nạn. Đó chỉ là bối cảnh để một câu nói rất thâm trầm mà rất trọng lượng có thể đứng vững: "*Duy, chưa có điều gì thất tiết để điếm nhục tông môn, uổng công Sư trưởng tài bồi.*" Cái "duy" này là cột sống đạo đức của cả một đời người.

Chính từ vị trí khiêm cung đó, Thầy mới có thể nói với thế hệ trẻ bằng âm điệu của một người đi trước mà không áp đặt: "*Một chút niềm tin chưa hề thoái thất, chỉ mong cùng chia sẻ với thế hệ kế thừa.*" Chia sẻ, chứ không truyền đạt như một mệnh lệnh. Thế hệ trẻ được gọi là "*thế hệ đang trưởng thành để khơi tỏ ngọn đèn Chánh pháp giữa một đất nước thấm nhuần phong hóa.*" Bấy giờ, "*khơi tỏ ngọn đèn*" gợi đến một ngọn lửa đã có sẵn, nhưng bị khói che, bị gió dập, bị bóng tối bao quanh. Không ai, kể cả những bậc Thầy lớn nhất, có thể khai sinh Chánh pháp; điều các Thầy có thể làm là khơi tỏ nó trong chính đời sống của mình và của cộng đồng.

Điểm nhắc nhở và kỳ vọng quan trọng nhất của lá thư - và cũng là nơi thấm vào hiện tại sâu nhất - ở lời kêu gọi: "*Các con hãy tự rèn luyện cho mình một tín tâm bất hoại; một đức tính dũng mãnh vô úy; nỗ lực tự huân tập trí tuệ bằng văn, tư, tu để nhìn rõ sự tướng chân ngụy, để thấy và biết rõ mình đang ở đâu, đang đi về đâu.*" Hơn hai mươi năm sau, sống giữa một thế giới thông tin hỗn tạp, nơi mọi giá trị bị kéo vào vùng xám của tương đối, lời kêu gọi này lại càng không dễ thực hiện. Tín tâm bất hoại không còn là chuyện trung thành với một cơ cấu, một danh xưng, mà là khả năng giữ cho mạch sống tâm linh khỏi bị cuốn trôi bởi trào lưu sùng bái tiện nghi, thành công, hình ảnh. Dũng mãnh vô úy không còn chỉ là đối diện với bạo lực thô bạo, mà là dám đứng lên trước sự tầm thường hóa đạo pháp, trước thói quen dung túng những gì trái với phẩm hạnh, chỉ vì "ai cũng làm vậy cả".

Và trí tuệ, trong nghĩa "văn, tư, tu", lại càng không thể giản lược thành vài khóa tu ngắn ngày, vài buổi học giáo lý để chống chế. Đó là cả một con đường dài của đọc - nghĩ - thực tập, trong đó mỗi bước đi đều nhằm trả lời hai câu hỏi mà Thầy nhắc: "*Mình đang ở đâu? Mình đang đi về đâu?*" Đối với thế hệ hôm nay, những câu hỏi ấy vừa dành cho cá nhân tăng ni, Phật tử, mà vừa dành cho toàn bộ cộng đồng Phật giáo Việt Nam, chúng ta đang ở đâu trong dòng lịch sử dân tộc và Phật giáo thế giới? Chúng ta đang đi về đâu khi chấp nhận đánh đổi chiều sâu tu học lấy sự phồn thịnh bề mặt, khi xem thành công tổ chức là thước đo tối hậu của mọi nỗ lực?

Từ nền tảng đó, chúng ta mới hiểu được lời nhắn cuối cùng của Thầy: "*Cầu mong các con có đủ dũng mãnh để đi bằng đôi chân của mình, nhìn bằng đôi mắt của mình, tự xác định hướng đi cho chính mình. Thầy sẽ là người bạn đồng hành với các con trên đoạn đường bóng xế của đời mình.*" Hình ảnh vị Thầy tự nhận mình là "bạn đồng hành" không phải là một mỹ từ khiêm tốn. Nó đặt lại tương quan giữa thế hệ đi trước và thế hệ đi sau trên một trục mới, không phải trục quyền lực, mà là trục trách nhiệm. Người đi trước không đứng trên bục giảng, mà đi bên cạnh, với mái đầu đã bạc, với thân phận "bóng xế", nhưng với ánh mắt vẫn dõi theo từng bước chân của những người kế thừa.

Gần một phần tư thế kỷ sau, khi Thầy đã thật sự đi trọn "đoạn đường bóng xế" ấy, lời hứa "bạn đồng hành" không còn mang nghĩa thời gian. Nó trở thành một cách hiện diện khác, kín đáo hơn mà cũng bền bỉ hơn, hiện diện trong những câu chữ như lá thư này, hiện diện trong những lựa chọn đạo đức mà ta đối diện mỗi ngày, hiện diện trong cách chúng ta trả lời cho chính mình ta muốn trở thành người xuất gia, hay cư sĩ, hay trí thức, hay Huynh trưởng... như thế nào giữa thời đại này.

Bối cảnh Phật giáo Việt Nam hôm nay, xét ở một bình diện nào đó, còn chằng chịt hơn thời điểm 2003. Mặt này là hội nhập toàn cầu, là mạng lưới chùa chiền, tu viện, hội đoàn trên khắp thế giới; mặt kia là sự phân hóa âm ỉ, là những tranh chấp kín đáo, là sự cạn kiệt dần của những bậc Thầy lớn có đủ uy tín để làm điểm tựa cho nhiều thế hệ. Ở trong nước, Phật giáo mang thêm nhiều gánh nặng mới của thời kinh tế thị trường; ở ngoài nước, Phật giáo phải đối diện với những thách thức của đời sống di dân, của một nền văn hóa thế tục hóa cao độ. Trong cả hai không gian đó, nguy cơ lớn nhất vẫn không đổi - nguy cơ đánh mất chiều sâu nội tâm, để rồi tự biến mình thành một thứ tín ngưỡng quanh quẩn giữa nghi lễ, hình thức và bản năng bảo tồn tổ chức.

Chính vì vậy, đọc lại lá thư Thầy không phải là một việc "ôn cố tri tân" bằng tâm thế lễ nghi. Đó là một phép thử. Nếu chúng ta thấy nó xa lạ, có thể là vì ta đã đi quá xa khỏi những chuẩn mực mà Thầy gợi ra. Nếu ta thấy nó gần gũi đến nhói lòng, có thể là vì những vết thương của Phật giáo Việt Nam - chiến tranh, ý thức hệ, bạo quyền, lãng quên - vẫn chưa được chữa lành. Nhưng nếu ta chỉ dừng lại ở cảm xúc xót xa thì lá thư vẫn chưa làm xong phận sự. Nó chỉ thực sự sống lại khi có một số người, dù rất ít, quyết định nhận lấy lời kêu gọi dành cho mình, để sống như "hạt lúa chắc", không chịu làm "vỏ trấu ồn ào", tập đi bằng đôi chân của chính mình, nhìn bằng đôi mắt của chính mình, tin bằng trái tim đã trả giá bằng suy tư và thực tập.

Trong nghĩa đó, tâm thư của Thầy không khép lại ngày 28.10.2003. Vẫn đang tiếp tục được viết, bằng đời sống của những ai dám cho phép những câu chữ thấm vào mạch máu của mình, thay vì chỉ lướt qua trên màn hình. Mỗi người đọc hôm nay, ở bất cứ nơi đâu - trong nước, ngoài nước, trong chùa, ngoài đời - đều được đặt trước một đề nghị lặng lẽ, hoặc ta để cho giấc ngủ đông tiếp tục trùm kín, với chút an toàn dễ chịu của ao tù; hoặc ta tin rằng vẫn còn một "*nguồn mạch ngầm luân lưu bất tuyệt*", và bằng một cách rất khiêm tốn, rất cụ thể, ta góp phần đánh thức nó trong chính đời sống nhỏ bé của mình.

Nếu làm được như vậy, cho dù chỉ một phần rất nhỏ, có lẽ đó là cách đền đáp nhẹ nhàng nhưng thiết thực nhất cho lời nhắn của Thầy năm xưa - "*Thầy sẽ là người bạn đồng hành với các con*". Bởi vì, rốt cuộc, một người bạn đồng hành lớn không cần mình tán dương, không cần dựng hình tượng; điều vị ấy mong chờ chỉ là thấy chúng ta đủ can đảm để đứng thẳng trên đôi chân của chính mình, và đủ lòng để không phản bội những gì đẹp nhất mà thế hệ đi trước đã ký thác lại, bằng tất cả máu, nước mắt và cả những năm tháng tù đày, lưu đày, và lãng quên...

Nguyên Không

Nhớ Thầy Trong Piano Sonata 14

TINO CAO

Đã hai mùa mưa bão trôi qua từ buổi chiều Thầy Tuệ Sỹ rời cõi tạm, 24.11.2023. Hai năm, trên lịch chỉ là hai tờ giấy mỏng, nhưng khi nhớ đến Thầy, khoảng thời gian ấy lại như một lớp sương mới phủ lên một ngọn núi trầm mặc đã nhuốm màu thời gian. Người ta không còn thấy Thầy trong những buổi đàm đạo ấm áp tình thầy trò, trong khoảnh khắc Thầy ngồi bên dương cầm chơi bản Sonate Ánh trăng của Beethoven, hay giữa những trang sách Thầy miệt mài trước tác suốt một đời. Thế nhưng, chính sự vắng mặt ấy lại khiến ảnh hưởng của Thầy hiện rõ hơn trong cách ta nghĩ về tự do, về ngôn ngữ và phẩm giá con người.

Tiểu sử của Thầy, nếu gói gọn trong vài dòng, nghe rất giản dị. Thế danh Phạm Văn Thương, sinh tại Pakse, trên đất Lào, giấy khai sinh ghi năm 1943 để được đi học sớm, tuổi thật là 1945. Gia đình gốc làng Nghĩa Ninh, huyện Đồng Hới, tỉnh Quảng Bình. Từ rất nhỏ Thầy đã bước vào cửa chùa, làm Sa di, theo học Phật học ở Huế, rồi miền Trung, rồi Sài Gòn. Những cái tên Từ Đàm Huế, Hải Đức Nha Trang, Quảng Hương Già Lam sau này quay về trong cuộc đời Thầy nhiều lần như những trạm dừng của một chuyến hành trình dài vừa mang dấu ấn lịch sử, vừa mang dấu ấn của một đời học đạo.

Đầu thập niên 1960, khi Viện Cao đẳng Phật học Sài Gòn rồi Viện Đại học Vạn Hạnh được thành lập, Thầy là một trong những học tăng có mặt trong thế hệ đầu tiên. Thầy tốt nghiệp Viện Cao đẳng Phật học năm 1964, tốt nghiệp Đại học Vạn Hạnh năm 1965. Vài năm sau, Thầy được đặc cách phong giáo sư thực thụ tại Vạn Hạnh, dựa trên những công trình nghiên cứu về thiền quán pháp, trung quán luận, tánh không luận, lịch sử triết học Ấn Độ và lịch sử Phật giáo Trung Hoa. Đó không chỉ là sự thăng tiến trong sự nghiệp của một nhà sư học giả mà chính là sự thừa nhận sớm dành cho một nội lực trí tuệ hiếm có.

Vạn Hạnh trong kí ức của nhiều người là nơi mà Phật học, triết học và nhân văn gặp nhau giữa một Sài Gòn đang gầm rú vì chiến tranh. Trong không gian ấy, Thầy vừa là nhà giáo, vừa là dịch giả, vừa là người đồng hành trong những cuộc tranh luận triết học kéo dài. Thầy đọc Hán, Phạn, Pali, Hoa, Anh, Pháp. Thầy bắc những nhịp nối giữa trung quán luận với triết học Kant, giữa tánh không luận với hiện tượng luận, giữa kinh điển Ấn Độ với những vấn đề rất cụ thể của xã hội Việt Nam thời chiến. Những bài giảng, những khảo luận, những số báo Tư Tưởng mà Thầy tham gia không chỉ là sản phẩm của một giới trí thức Phật giáo muốn mở cửa mà còn là nỗ lực của một thế hệ tìm một cách nói khác về khổ đau và giải thoát giữa tiếng bom rơi đạn nổ.

Rồi chiến tranh kết thúc. Bối cảnh chính trị xã hội đổi khác. Đại học Vạn Hạnh buộc phải đóng cửa. Đời sống trí thức Phật giáo bị dồn nén. Thầy không đi ra nước ngoài, cũng không chọn con đường im lặng rút lui, mà ở lại và tiếp tục viết, trong bầu không khí đã hoàn toàn khác. Năm 1978, Thầy bị đưa đi "học tập cải tạo" trong khoảng ba năm. Sau khi được thả, Thầy sống giữa sự giám sát thường trực, rồi đến một ngày đầu tháng 4 năm 1984, Thầy lại bị bắt với cáo buộc chống đối chính quyền.

Tháng 9 năm 1988, Tòa án Thành phố Hồ Chí Minh tuyên án tử hình Thầy cùng Thầy Thích Trí Siêu, tức giáo sư Lê Mạnh Thát. Chỉ trong một phán quyết, một giáo sư của Đại học Vạn Hạnh - người từng đứng ở trung tâm đời sống học thuật Phật giáo - bỗng trở thành một tử tù. Bản án ấy không chỉ giáng xuống một con người mà còn gây chấn động trong cộng đồng Phật giáo và làm dấy lên làn sóng phản đối mạnh mẽ từ các tổ chức nhân quyền quốc tế.

Trước áp lực không ngừng từ nhiều phía, án tử hình được giảm xuống chung thân, rồi còn hai mươi năm tù. Thầy bị chuyển qua nhiều trại, trong đó có Xuân Phước và Ba Sao. Sức khỏe suy kiệt theo từng năm, nhưng những báo cáo từ bên ngoài đều ghi nhận một điều không đổi: Thầy kiên quyết không nhận tội để được khoan hồng; và trong các buổi thẩm vấn, Thầy giữ vững lối lập luận của mình, trao đổi bằng lí trí, không nhượng bộ vì sợ hãi hay vì bất kì cảm xúc nào.

Ngày 1 tháng 9 năm 1998, Thầy được trả tự do tại trại Ba Sao, tỉnh Nam Định. Trên chuyến tàu trở về Nam ngày 2 tháng 9, Thầy xin dừng lại và nghỉ tại tịnh cốc của trưởng lão hòa thượng Thích Thiện Siêu trong khuôn viên chùa Hải Đức, Nha Trang, nơi trước năm 1975 Thầy từng giảng dạy khi ngôi chùa còn là Phật học viện Hải Đức Trung phần do trưởng lão hòa thượng Thích Trí Thủ sáng lập. Tối 3 tháng 9, tôi cùng một vài vị ở chùa Hải Đức, trong đó có thượng tọa Thích Phước An, ra ga Nha Trang đón Thầy trở về sau mười năm lao tù.

Thầy lưu lại tu viện Hải Đức khoảng ba tháng. Khi những thủ tục an ninh và sự can thiệp khó dễ từ Ban Tôn giáo và chính quyền địa phương tỉnh Khánh Hòa khiến việc lưu trú của Thầy ở Hải Đức trở nên bất khả, Thầy buộc phải rời Nha Trang và trở về tu viện Quảng Hương Già Lam ở Gò Vấp, Sài Gòn, an cư tại Thị Ngạn Am. Tại đây, trong những năm tháng dằng dẳng chịu sự quản thúc của chính quyền, Thầy chuyên tâm san dịch chú giải kinh điển, tiếp tục hoàn thiện Tự điển Bách khoa Phật học, viết khảo luận và nối dài mạch suy tư của mình về A-hàm, về lịch sử tư tưởng Phật giáo, về triết học và về thân phận con người Việt Nam sau những biến động của thế kỉ.

Nhìn từ bên ngoài, đời sống ấy có vẻ như của một vị lão tăng ẩn mình nơi góc chùa. Nhưng bên trong, đó là giai đoạn những trải nghiệm khắc nghiệt của chiến tranh, cải tạo, án tử hình và ngục tù được lắng xuống thành những tầng suy nghiệm sâu. Từ những tầng ấy, Thầy tiếp tục đặt ra cho thời đại những câu hỏi thiết yếu: con người là gì khi bị dồn đến giới hạn; tự do còn lại ở đâu khi mọi hệ thống quanh ta sụp vỡ; và điều gì trong niềm tin có thể đứng vững trước những thử thách tàn nhẫn của lịch sử.

Tôi biết đến văn chương của Thầy muộn hơn rất nhiều so với những năm Vạn Hạnh. Mãi tới cuối tháng 12 năm 1999, sau lễ Giáng sinh, tôi mới có cơ hội lần đầu cầm trên tay những cuốn sách của Thầy. Khi ấy tôi đang ở Pau, một thành phố nhỏ miền Nam nước Pháp, bên chân dãy núi Pyrénées, biên giới với Tây Ban Nha. Trong một buổi họp mặt bạn bè ở nhà một người chị gốc Hà Nội, di cư vào Nam năm 1954, sang Pháp du học trong thời chiến rồi ở lại Pháp, chúng tôi nói chuyện với nhau khá nhiều về Thầy. Thầy khi đó vừa ra khỏi tù chưa lâu. Những người bạn quanh tôi xem Thầy như một trong những trí thức hiếm hoi dám giữ vững tư thế kẻ sĩ trong bối cảnh bị chèn ép và đồng thời là một nhà tu hành không chịu để niềm tin của mình bị sử dụng như một thứ bình phong.

Tối hôm ấy, họ mang ra một chồng sách của Thầy, những cuốn xuất bản tại Pháp. Tôi nhớ mình ngồi xuống trước một chiếc bàn gỗ, lần lượt đọc bìa, đọc mục lục, đọc vài trang mở đầu. Đó là lần đầu tiên tôi nhìn thấy cái thế giới chữ của Thầy, không phải chỉ qua lời kể mà qua chính câu chữ. Trong số đó có truyện ngắn "Piano Sonata 14".

"Piano Sonata 14" không phải là một truyện ngắn theo nghĩa thông thường. Không có những nút thắt cốt truyện gay cấn. Không có những cao trào được dựng lên rồi giải tỏa. Thầy viết truyện như chính Thầy đang chơi dương cầm một bản sonate, để từng nốt rơi xuống và tan dần vào khoảng tối của tâm tưởng. Tu viện trong truyện, những bước chân, khoảng sân, góc phòng... đều được phác họa bằng vài nét rất mờ, nhưng chính sự mờ ấy lại khiến không gian hiện lên sâu và lan vào người đọc một cách tự nhiên, như sương đêm thấm vào áo. Tôi đọc và cảm thấy ở đó không chỉ là hình ảnh của một người xuất gia mà còn là sự chuyển động của một nội tâm đứng trên ranh giới giữa bình an và bão tố.

Điều lạ nhất là cách Thầy để cho im lặng tự nói. Những chỗ tưởng như không có gì, chỉ là bóng đêm, khung cửa sổ, âm thanh nhỏ nhẹ, lại là nơi người đọc cảm thấy một sức nặng vô hình. Nơi "Piano Sonata 14", tôi không thật sự nghĩ về âm nhạc mà lại liên tưởng đến độ lặng. Thầy viết như người đặt từng câu xuống rồi rút tay ra ngay lập tức để cho khoảng trống tự định hình không gian của nó. Bối cảnh tu viện, những bước chân, những đêm dài... tất cả được khắc họa bằng vài nét rất nhẹ, nhưng chính sự nhẹ ấy lại hé mở chiều sâu của một đời sống nội tâm từng trải qua nhiều biến động. Không phô diễn triết lí nào nhưng người đọc vẫn cảm nhận được ở đó một kinh nghiệm tinh thần đã được chưng cất qua nhiều năm tháng.

Tối ở Pau năm ấy, tôi ngồi rất lâu mà không nói được lời nào. Có một nỗi buồn rất dịu len vào, không phải nỗi buồn vì chiến tranh hay vì bất công, mà là nỗi buồn khi biết rằng có những tâm thức đã đi rất xa vào vùng tối của con người, rồi trở về và chỉ kể lại bằng vài đường nét mong manh. Giây phút đó, tôi hiểu rằng với Thầy, văn chương không phải là thứ để minh họa cho triết học, cũng không phải là phương tiện tuyên truyền cho bất kì lập trường nào. Văn chương là một cách Thầy để cho người đọc chạm tay khẽ khàng vào những miền sâu thẳm mà chữ nghĩa thường không chạm tới.

Vài năm sau, đầu 2004, tôi đến thăm Thầy ở Thị Ngạn Am trong khuôn viên Quảng Hương Già Lam, nơi Thầy bị quản thúc sau biến cố Lương Sơn tháng 10 năm 2003. Đây là lần thứ hai tôi gặp Thầy, nối tiếp lần đón Thầy trở về và buổi vấn an ngắn ở chùa Hải Đức Nha Trang khi Thầy vừa được phóng thích sau mười năm tù. Lần gặp ở Già Lam dài hơn, đủ để trò chuyện. Trước mặt tôi không phải một nhân vật được bao phủ bởi nhiều huyền thoại mà là một người gầy gò, tĩnh lặng và an nhiên đến lạ. Ánh mắt Thầy sáng trong và chất chứa sự sâu lắng của một người đã đi qua nhiều biến cố mà không để chúng xô lệch phần cốt lõi bên trong. Giọng Thầy nhỏ và nhẹ, pha chút tiếng Huế, nhưng rõ, mỗi câu đều dường như đã được gạn lọc rất lâu từ những suy tưởng trước khi thốt ra. Thầy nói chuyện triết học với sự đơn giản của người đang nói về một con đường quen thuộc. Những khái niệm lớn vào trong lời Thầy đều trở nên nhẹ nhàng. Điều làm tôi bối rối nhất chính là sự bình thản ấy, một sự bình thản mà lịch sử tưởng như không thể tạo ra, chứ đừng nói giữ được.

Rời Thị Ngạn Am buổi hôm đó, tôi mang theo cảm giác rằng phần sâu nhất của đời Thầy không nằm trong những sự kiện báo chí từng nhắc mà nằm trong cách Thầy đứng giữa cuộc đời này. Một người từng bị kết án tử hình, từng trải qua nhiều năm tù, từng chứng kiến bao lần thay đổi của lịch sử, mà vẫn có thể ngồi trong một am nhỏ, kiên nhẫn giảng giải một đoạn kinh, một khái niệm, một ý niệm về tự do. Ở đó có cái gì gần với huyền ảo, nhưng không phải huyền bí tôn giáo. Nó gần với cảm thức rằng có những người đã đi qua đến tận bên lề của cái gọi là thực tại, nhìn rõ bộ mặt bấp bênh của nó, rồi quay về với một cái nhìn trong sáng hơn.

Có thể nói, điều đọng lại mạnh nhất từ Thầy không phải là những danh xưng hay tước vị mà là một kiểu hiện diện rất lạ. Hiện diện bằng học thuật, bằng văn chương, thi ca, nhưng ngay cả khi ta tạm gác những thứ đó sang một bên, vẫn còn lại một điều khó bỏ qua. Thầy đã giữ được cho mình một vùng tự do nội tâm mà không một quyền lực nào đụng tới được. Chính vùng tự do ấy giúp Thầy đi qua những năm Vạn Hạnh, những trại cải tạo, những phiên tòa, những ngày tù, những năm quản thúc... mà không biến thành một con người cay đắng hay gãy đổ.

Hai năm sau ngày Thầy rời cõi thế gian, nhìn lại hành trình ấy, tôi không thấy có bất cứ sự cần thiết nào phải tô đậm thêm màu huyền thoại lên cuộc đời Thầy. Tôi chỉ thấy một điều, rằng trong một thế kỉ đầy bạo lực và đổ vỡ, vẫn có những đời người như một hành trình suy tưởng kéo dài, từ tuổi trẻ ở Vạn Hạnh Sài Gòn cho đến những ngày ở Thị Ngạn Am. Dòng tư tưởng ấy không chỉ hiện ra trong những công trình học thuật có nền tảng vững chắc mà còn được tinh luyện trong những truyện ngắn tiết chế đến mức chỉ một vài nét cũng đủ bật lên cả một nội giới như “Piano Sonata 14”. Nó vang trong những câu thơ mang nỗi ray rứt thâm trầm, “lửa đã tắt từ buổi đầu sáng thế, một kiếp người ray rứt bụi tro bay”, hay “thời gian đi khấp khiểng, để rụng phấn rơi hồng, tơ nắng dài tâm sự, bồi hồi mộng vẫn không”... Nó có mặt trong những bài viết của Thầy về tự do và phẩm giá con người. Ở những nơi ấy, Thầy đều giữ một giọng điềm tĩnh đến mức mỗi luận điểm đều mang theo trọng lượng của chính những năm tháng Thầy đã sống và chịu đựng, nhưng chưa bao giờ sợ hãi hay lùi bước.

Hai năm hay hai mươi năm rồi sẽ cũng trôi qua. Nhưng đối với những ai từng một lần để cho văn chương và tư tưởng của Thầy dẫn mình đi, những con số ấy không còn quan trọng nữa. Điều quan trọng hơn là mỗi khi chúng ta tự hỏi mình: liệu có thể sống như thế không, sống mà không đánh mất phần sâu nhất của mình trước bạo lực và sợ hãi?

Tino Cao

Đi Giữa Thinh Không

'DI SẢN TUỆ SỸ' CHO HƯỚNG ĐI CỦA GIÁO HỘI PHẬT GIÁO VIỆT NAM THỐNG NHẤT HOA KỲ

NGUYÊN BẢO

Không bắt đầu bằng một định nghĩa. Không dẫn vào bằng một lời kêu gọi. Cũng không khoác lên những lớp tu từ cũ kỹ mà thế hệ này đã nghe đến nhàm tai. Chỉ nên bước thẳng vào như bước vào vùng sương mù trước bình minh - nơi tư tưởng chưa hình thành ngôn ngữ, nơi tiếng nói chưa trở thành diễn văn, nơi một tia lửa vô danh bắt đầu quật xuống trên nền đêm tối.

Di sản ấy - gọi là gì cũng không trọn vẹn. Gọi là trí tuệ thì quá hẹp, gọi là từ bi thì quá mềm, gọi là khí tiết thì thiếu chiều sâu, gọi là văn hóa thì không đủ độ rung. Nó vừa là bóng đêm lặng, vừa là tia sáng xuyên phá. Vừa là chặng đường lưu đày của một người tự do, vừa là khởi đầu của một cuộc trở về không hẹn ngày đến. Nó không thuộc về quá khứ để người ta nhớ, cũng không thuộc về tương lai để người ta hy vọng. Nó chính là sát-na hiện tiền, khi một người đứng giữa vực thẳm mà vẫn không tìm cách quay lưng - chỉ chọn cách mở tâm trí đến mức không còn biên giới nào của sợ hãi.

Và nếu phải nói về hướng đi của Giáo Hội Phật Giáo Việt Nam Thống Nhất Hoa Kỳ trong thời đại hôm nay, thì không thể nói bằng ngôn ngữ của phương án hay mô hình tổ chức. Phải nói bằng *tạng thức* của một hành giả cô độc đi giữa đêm trăng trên đồi cỏ trắng, tay chống cây gậy trúc, áo nhẹ bay và trong lòng không có mục tiêu nào khác ngoài một ước nguyện duy nhất: *đi đến tận cùng giới hạn của nhận thức để mở ra một chiều sâu mới của tồn tại.*

Không phải bảo tồn. Bảo tồn là hình thức sợ hãi. Không phải phát triển. Phát triển là ảo tưởng của người muốn kiến tạo bằng ý chí. Càng không phải hội nhập. Hội nhập là tiếng nói của kẻ đang tìm sự chấp nhận từ người khác.

Phải là *khai sinh*. Khai sinh không dựa trên nền tảng cũ, mà dựa trên sự tận lực bước qua chính cái nền tảng đã từng nuôi mình - để thấy rằng, thật ra, nền tảng ấy chưa từng đủ. Khai sinh là đứng giữa thế giới mới, không cầm theo hành lý, chỉ mang theo một chiếc chìa khóa vô hình - trí tuệ không bị ràng buộc và từ bi không cần điều kiện.

Tại hải ngoại - nơi nhiều người tưởng là ngoại vi, thật ra lại chính là điểm xuất phát của một hình thức hiện hữu mới. Không còn bị chi phối bởi nỗi đau lịch sử, nhưng vẫn mang trong xương tủy ký ức của một đạo Phật đã đi qua chiến tranh, chia rẽ, bức bách, thậm chí cả sự im lặng. Không còn bị buộc phải cúi đầu, nhưng cũng không cần phải ngẩng cao - bởi cúi hay ngẩng đều là hệ quả của phản ứng. Người giữ di sản ấy không phản ứng nữa. Người đó chỉ *tự do*.

Tự do - không phải là quyền được nói, mà là sức mạnh để *im lặng đúng lúc*. Không phải là khả năng bày tỏ, mà là khả năng *không bị đồng hóa*. Không phải là lựa chọn đứng về phía nào, mà là khả năng *không thuộc về bất cứ phía nào nhưng vẫn giữ ánh sáng cho tất cả.*

Giáo Hội ở Hoa Kỳ phải trở thành *không gian tự do của tư tưởng Phật giáo Việt Nam*. Không phải nơi lưu trữ truyền thống, mà là nơi thử nghiệm tinh thần. Nơi sự thành kính đối với pháp thống không dẫn đến sự đóng kín, mà dẫn đến *một hình thức tự-chuyển-hóa*, giống như dòng sông không bao giờ lặp lại dòng chảy của chính mình dù vẫn là nước.

Muốn vậy, phải bắt đầu không từ tổ chức, mà từ con người. Người Tăng sĩ mới - không đo bằng phẩm phục hay tước vị, mà bằng mức độ thinh lặng trong nội thức. Người Huynh trưởng mới - không đánh giá bằng khả năng điều hành sinh hoạt, mà bằng độ rung nội tâm khi đứng trước nỗi đau người khác. Người cư sĩ mới - không phân theo vị trí hành chánh, mà theo khả năng sống như thể mỗi hơi thở đều đang thắp một ngọn đèn nơi sâu thẳm của thời đại.

Không nhắc đến quê hương như một vết thương - mà nhắc như một đại dương lặng gió, nơi chưa ai từng thấy đáy. Giữ liên hệ không bằng tình cảm quy ước, mà bằng *tần số rung cảm của một tâm thức không còn bị chia đôi bởi địa lý;* Không kêu gọi, không nhắn gửi, không phát biểu tượng trưng. Chỉ lặng lẽ hiện diện như một chấm nhỏ trên bản đồ ý thức - nơi nếu ai thật sự muốn nhìn lại chính mình, có thể tìm thấy một hướng đi không do ai vạch ra; Không chống lại hiện trạng - vì làm như vậy là vô tình tiếp sức cho hiện trạng; Không theo đuổi viễn kiến - vì làm như vậy là đánh mất nền tảng hiện tiền; Không trụ một nơi - vì trụ là bắt đầu tự triệt tiêu. Chỉ cần *đi như đi giữa thinh không*; Không cần mốc, không cần lộ trình. Chỉ cần giữ cho ánh sáng không tắt.

Và nếu đặt ra một câu hỏi, Giáo Hội hải ngoại sẽ đi về đâu, thì chỉ có thể thấy rằng hướng đi ấy không đáp bằng lời mà bằng chính cách sống của mỗi người thuộc về: *Đi về phía nơi trí tuệ không bị ràng buộc, và từ bi không cần điều kiện.*

Bấy giờ không tuyên bố. Không khẳng định. Không xin phép lịch sử. Chỉ *đi thẳng*.

Vì nếu phải chọn một định nghĩa cuối cùng cho di sản ấy, có lẽ chỉ có thể nói: *"Tuệ Sỹ đã sống như thể không có gì buộc phải nói, nhưng từng hơi thở vẫn đang nói cho cả một thời đại phải lắng nghe."*

California, 20.11.2025

Nguyên Bảo

Thầy Tuệ Sỹ - Đi và Về Như Một Đại Nguyện

PHÁP UYỂN

Từ bước chân tưởng như đã rời xa một ngôi nhà, nhưng chưa bao giờ thật sự bước ra khỏi thềm cửa. Thầy im lặng suốt nhiều năm, nhưng chính sự im lặng ấy là tiếng nói thẳm sâu nhất của thời đại. Và có sự trở về không mang theo ý muốn của cá nhân, mà vì lịch sử, đạo pháp và lòng người đã gọi tên mình theo một cách mà mình không thể từ chối, cũng không được phép từ chối. Tên gọi ấy mang âm sắc của di nguyện, của hồi chuông chùa, của một sợi chỉ xuyên qua nhiều thế hệ, đưa một sứ mệnh trở về vị trí nơi Thầy không còn đóng vai trò của một cá nhân nữa, mà là chiếc cầu nối cho vận mệnh của Đạo Phật Việt.

Thầy không trở lại vì muốn trở lại. Thầy không đứng lên vì mong được đứng lên. Và sự vắng bóng của Thầy trước đó cũng chưa bao giờ là một sự từ bỏ hay thoái thác. Đó chỉ là một cách đứng bên ngoài những huyên náo, để giữ cho tâm mình không vướng bụi trần, để bảo vệ những giá trị đang đứng trước nguy cơ bị cuốn vào các làn sóng tranh chấp, hiểu lầm, hay những sức ép mà thời đại đặt lên tôn giáo và tri thức. Khi một người rời khỏi một trọng trách, không phải vì mệt mỏi hay buông tay, mà vì muốn giữ sự thuần khiết cho một lý tưởng, thì sự rời đi năm ấy là một cách ở lại bằng hình thức thâm trầm và sâu thẳm hơn.

Nhưng khi Hòa thượng Quảng Độ gọi tên Thầy, trao vào tay Thầy một trọng trách không những là trách nhiệm mà còn là di nguyện tối hậu của một đời hoằng pháp và hộ pháp, Thầy nhận lời. Sự nhận lời ấy nhìn từ bề ngoài, giống như một sự trở lại. Nhưng trong chiều sâu, đó là dòng tiếp nối tự nhiên của một tâm nguyện không thể mai một, của một dòng đạo mạch mà Thầy chưa bao giờ rời khỏi. Nhận hay không nhận vốn không còn là chuyện của "một con người" nữa, mà là câu chuyện của lịch sử Phật giáo Việt Nam đang đứng trước bờ vực quên lãng, cần một ai đó đủ trí tuệ và vô ngã để gìn giữ ánh sáng cuối cùng còn sót lại sau nhiều thập niên sự thật bị bóp méo và đạo pháp bị hạn hẹp trong không gian chính trị.

Khi bóng dáng Thầy trở lại trong vai trò lãnh đạo GHPGVNTN, đó không phải là một sự xuất hiện, mà là một sự cất tiếng của một đạo tình đã bị dồn nén quá lâu. Sự hiện diện ấy không làm Thầy lớn hơn, mà khiến thời đại một lần nữa có nơi để soi vào lương tri.

Thầy không bao giờ nói về việc "phục hoạt". Thầy không mang tâm thế "tiếp nhận", "đảm nhiệm", "nắm giữ". Những điều ấy mang nặng tính đối đầu của đời thường, trong khi tâm tính Thầy thuộc về một cõi khác, chậm rãi, tĩnh lặng, thấm nhuần hơi thở Phật pháp. Thầy hiểu rằng lịch sử không cần một người đứng đầu, mà đang cần ai đó cúi xuống nhặt lên những gì còn sót lại trên con đường đầy bụi của thế kỷ, một chút đạo vị sơn môn, một niềm tin bị thương tổn, một dòng tâm linh mỏng manh đang cần được sưởi ấm.

Có những thời điểm mà một người không còn được quyền chọn lựa giữa "ở" và "đi". Khi vận mệnh của một tập thể, của một truyền thống, của một biểu tượng giáo hội đã và đang bị đặt dưới ngọn đèn xét soi của thời cuộc, câu hỏi duy nhất còn lại không phải là "tôi có muốn không," mà là "ai sẽ ở đó nếu tôi không có mặt?" Trong khoảnh khắc đó, Thầy trở lại không phải bằng ý chí, mà bằng sự tự nhiên của một chiếc lá rơi vào đúng dòng chảy của nó. Không tranh đua, không phô trương, không màng đến hậu quả. Chỉ lặng lẽ bước vào một vị trí mà sự trống vắng của nó có thể làm trầy trật đại nguyện của những bậc tiền bối.

Thầy Tuệ Sỹ từng ngồi trong ngục tối, nghe tiếng thời gian nhỏ xuống như từng giọt sám hối của nhân loại. Người đã đi qua lằn ranh của cái chết nhiều lần, nhìn thấy bản chất phù du của quyền lực, nhìn thấy sự mong manh của kiếp người, nhìn thấy sự trống rỗng của những trận chiến mà người đời tưởng rằng quan trọng. Một thân phận đã sống giữa ranh giới của sự tận diệt và cứu rỗi như thế không thể trở thành một người tranh danh. Thầy đã từng bị trao vào tay bản án tử hình - và vẫn sống từ nó. Người đi qua trải nghiệm ấy mới bình thản để sống với trí tuệ, với lòng từ và với một niềm tin những gì nhỏ nhoi nhất cũng có thể nâng đỡ vận mệnh của cả một thế hệ.

Một người như thế khi trở lại, sẽ không mang theo vết thương, mà mang theo một ánh sáng không gì có thể dập tắt.

Nơi Thầy có một phẩm chất mà Phật giáo thời đại này đang thiếu, đó chính là vô ngã thực sự. Không vô ngã bằng khẩu hiệu, không vô ngã bằng bài giảng, mà bằng cuộc đời. Một đời người trong đó cái tôi đã tan loãng rất sớm, rơi rụng qua từng biến cố, từng năm tháng, từng nỗi đau của đất nước điêu linh. Khi cái tôi tan, thì trách nhiệm không còn là gánh nặng, mà là một dòng chảy tự nhiên. Khi cái tôi không còn, thì sự trở lại không phải là "quyết định cá nhân", mà là phản ứng duy nhất có thể của một tấm lòng không đặt mình vào trung tâm.

Thầy hiểu rằng GHPGVNTN không còn là một cơ chế mà là một ký ức thiêng liêng. Một ký ức về những năm tháng Phật giáo đứng lên vì dân, vì đạo, vì sự thật, vì phẩm giá của con người Việt Nam. Một ký ức mà nếu không được gìn giữ đúng cách sẽ bị xóa nhòa khỏi lịch sử. Và rồi những thế hệ sau sẽ không còn biết rằng từng có một Phật giáo đã sống đúng tinh thần vô úy, dấn thân trong những giai đoạn tăm tối nhất của dân tộc.

Thầy hiểu rằng khi lịch sử bị bóp méo, những người còn lại phải trở thành những người giữ lửa - dù ngọn lửa ấy le lói đến mức chỉ còn như một ánh đèn dầu cuối đêm. Sự trở lại của Thầy chính là để giữ lại hơi ấm ấy, không để nó tắt lịm trong sự thờ ơ của thời đại hoặc trong những cố gắng đồng hóa tôn giáo vào không gian chính trị. Thầy đã sống đủ lâu để biết rằng không có điều gì nguy hiểm hơn việc tôn giáo đánh mất bản chất của mình.

Và bản chất ấy là vô ngã, là từ bi, là trí tuệ - không phải là quyền lực.

Khi Thầy giữ vai trò lãnh đạo tối cao của GHPGVNTN, Thầy hầu như không nói đến lãnh đạo. Thầy chỉ nói đến "sự hiện diện," "trách nhiệm," "tiếp nối," "hòa hiệp," "phục hồi đạo tâm," và nhất là "khơi thông đạo tình." Những điều ấy không để chỉ đạo mà để gợi mở. Không để thuyết phục ai theo mình mà để nhắc mọi người trở lại với chính mình. Không để củng cố một định chế mà để đánh thức một di sản. Một người như Thầy biết rằng những lời nói to tát không còn thích hợp trong thời đại mà tiếng ồn đã bao trùm lên lương tri. Chỉ có những tiếng nói nhỏ, nhẹ như hơi thở, mới đủ sức đi vào trái tim những ai còn biết lắng nghe.

Và chính sự khiêm tốn đó khiến vai trò của Thầy trở nên vững mạnh.

Trong một thời đại mà mọi giá trị đều bị kéo vào vòng xoáy tranh đoạt, khiêm tốn là một hình thức của vĩ đại. Không phải vĩ đại theo nghĩa tôn vinh, mà là sức chịu đựng, khả năng đứng yên giữa bão tố mà không bị cuốn đi. Thầy đã sống một đời như thế - định tĩnh. Định tĩnh giữa tù đày. Định tĩnh giữa phong ba. Định tĩnh giữa những phán quyết bất công, giữa sự hiểu lầm của thời đại. Và cuối cùng, định tĩnh vì một Giáo hội đang cần người giữ lại nguyên khí.

Thầy đứng yên nhưng không đứng ngoài. Đứng trong tâm điểm của dòng chảy nhưng không bị cuốn theo. Đứng bằng sự tĩnh lặng của thiền định, nhưng lại nâng đỡ cả một thực thể lịch sử đang có nguy cơ mờ nhạt.

Sự trở lại trong bối cảnh ấy không phải là hành động của một cá nhân mà giống như tiếng vọng của những bậc tiền bối gửi đến các đời sau. Người mang tiếng vọng ấy không được quyền từ chối. Không phải vì cao cả, mà vì lịch sử đã đặt mình vào vị trí duy nhất mà mình có thể trả lời: có mặt. Thầy trở lại trước hết là vì lòng trung thành với những người đã ngã xuống, với những bậc Tăng Thống đã từng đặt niềm tin vào Thầy, với những người tù chung lý tưởng, với những Phật tử từng nhìn Giáo hội như biểu tượng của sự kiên cường. Nhưng sâu thẳm nhất vẫn là vì Thầy trung thành với chính lời nguyện của mình: sống để tiếp tục cho đạo pháp một hơi thở.

Hẳn sẽ có người hỏi tại sao Thầy phải chịu vất vả như vậy trong lúc sức khỏe đã cạn, tuổi già đã kề bên? Thầy đã không trả lời nhưng đời sống của Thầy đã trả lời thay.

Bấy giờ, sự gởi gắm của cố Hòa thượng Thích Quảng Độ trong trường hợp đó không còn là một mệnh lệnh, mà là lời tha thiết từ trái tim của một người đã nhìn thấy tận cùng của quỹ đạo cuộc đời. Hòa thượng biết mình không còn bao lâu và hiểu thấu nhiều điều sẽ bị vùi lấp khi Ngài ra đi. Hòa thượng cần một người đủ trí tuệ để nhìn thấy toàn bộ bức tranh, đủ khiêm tốn để không biến đạo pháp thành khí cụ, đủ vô ngã để không làm lu mờ ánh sáng của Giáo hội bằng cái bóng của bản thân.

Chỉ một người như Thầy mới có thể tiếp nhận lời trao gửi ấy mà không làm đại nguyện đổi màu.

Trách nhiệm đến với Thầy không như một chức vị, mà như một tiếng thở dài của tiền nhân. Một lời nhắc nhớ rằng Phật giáo Việt Nam không thể chỉ sống bằng nghi lễ, bằng cơ sở vật chất, bằng số lượng tín đồ; mà trước hết phải sống bằng trí tuệ, bằng lòng từ, bằng khả năng soi sáng những tổn thương sâu thẳm của dân tộc.

Thầy hiểu rằng một Giáo hội không còn khả năng nói lên tiếng nói lương tri thì không còn xứng đáng tồn tại, cho dù có bao nhiêu tự viện, bao nhiêu lễ hội, bao nhiêu tín đồ. Thầy hiểu rằng Phật giáo, để tồn tại trong thời đại mới, không được phép trở thành công cụ tuyên truyền, cũng không được phép trở thành nơi trú ẩn của sự an phận vô minh. Phật giáo phải trở thành một không gian khai phóng tinh thần, một nơi nuôi dưỡng sự thật, một nguồn đạo lực để con người đối diện với những thách thức của xã hội toàn cầu hóa, biến đổi khí hậu, mất mát văn hóa và sự trống rỗng tinh thần đang lan rộng trong các thế hệ trẻ.

Trở lại trong tinh thần ấy là trở lại để mở đường, không phải để đóng khung. Để trao lại hơi thở cho Giáo hội, không phải để củng cố một hệ thống. Để làm sống lại một tinh thần, không phải để điều hành một cơ chế. Và Thầy đã làm điều ấy bằng cách mềm dẻo nhất, đẹp nhất, và thâm trầm nhất, không thay đổi gì quá nhiều, nhưng thay đổi cách mọi người nhìn về vai trò của Phật giáo trong thời đại này.

Thầy mở cánh cửa hòa hợp Tăng-già, không dựa vào những hội nghị rầm rộ, mà bằng những lời nói nhẹ, bằng cách đặt sự hòa hợp lên trước mọi tranh chấp. Thầy nối lại dòng tâm thức giữa trong nước và hải ngoại bằng sự im lặng đầy từ bi, không buộc ai phải theo mình, chỉ mời gọi mọi người cùng quay về với bản chất của đạo. Sự hòa hợp ấy không nhằm tạo ra một khối thống nhất về tổ chức, mà là một dòng chảy thống nhất của tâm linh, trong đó mỗi vị mỗi nơi đều nhớ đến nhau bằng đạo tình chứ không bằng danh vị.

Những việc Thầy làm đều hướng về tương lai. Nhưng đó không phải là tương lai của một "định chế", mà là tương lai của những mầm tâm linh sẽ lớn lên từ sự tỉnh thức của ngày hôm nay. Thầy hiểu rằng muốn có một thế hệ trẻ biết yêu đạo, trước hết phải cho họ thấy một nguồn đạo không bị trói vào quyền lực. Một nguồn đạo có hơi thở. Một nguồn đạo biết lắng nghe, biết khiêm nhường, biết đứng về phía những nạn nhân của bất công, nhưng không nuôi dưỡng hận thù. Một nguồn đạo biết mở cửa cho mọi cuộc đối thoại, nhưng không đánh mất bản chất của mình.

Nhìn từ xa, sự trở lại của Thầy giống như một bước chân nhẹ, một bóng hình mảnh mai. Nhưng nhìn từ chiều sâu tâm linh, đó là sự trở về của một người mà đạo pháp đã đặt nhiều kỳ vọng. Và cũng là dấu hiệu cho thấy Phật giáo Việt Nam vẫn còn khả năng tự tái sinh, tự mở đường qua những giai đoạn tăm tối nhất.

Thầy chưa bao giờ biến mình thành biểu tượng. Nhưng thời đại cần những biểu tượng sống bằng hành động thầm lặng. Cần những người minh chứng rằng Phật giáo không phải là một hệ thống quyền lực, mà là một quá trình giải phóng con người khỏi sợ hãi, vọng tưởng và chia rẽ. Thầy không kêu gọi ai đi theo mình, nhưng sự có mặt của Thầy đã đủ để nhiều người nhận ra rằng đạo pháp vẫn còn một hướng đi trong đêm tối.

Trong ý nghĩa ấy, sự trở lại của Thầy Tuệ Sỹ lãnh đạo GHPGVNTN không thuộc về quá khứ, mà thuộc về tương lai. Tương lai của một Phật giáo Việt Nam biết đau với nỗi đau của dân tộc, biết mở lòng với sự đa dạng của thời đại, biết tiếp nhận trí tuệ của thế giới mà không đánh mất bản sắc tâm linh, biết bước vào tương lai không bằng sự phòng thủ mà bằng sự tự tin của một tôn giáo đã từng đứng lên vượt qua những biến cố lớn nhất của lịch sử.

Thầy đã từng 'ra đi,' ra đi theo một nghĩa nào đó, nhưng sự trở về của Thầy trong vai trò lãnh đạo GHPGVNTN đã để lại một hướng mở cho những ai còn tiếp tục bước – và Phật giáo Việt Nam vẫn còn đó một con đường. Không phải con đường của sự phô trương mà là con đường của tĩnh lặng. Không phải con đường của đối đầu mà là con đường của trí tuệ. Không phải con đường của tự mãn mà là con đường của khiêm tốn, và không phải con đường của quyền lực mà là con đường của trách nhiệm với nỗi đau của con người.

Nhưng, con đường đó luôn cần những người bước tiếp. Và để bước tiếp, trước hết chúng ta cần hiểu vì sao một bậc thầy như Tuệ Sỹ đã chọn ở lại. Và câu trả lời sẽ luôn nằm trong chính lời Thầy nhắn nhủ:

"Hư không hữu tận, ngã nguyện vô cùng"

Giữ gìn một chút đạo vị - đó là tất cả ý nghĩa của sự trở lại. Đó cũng là tầm nhìn cho tương lai Phật giáo Việt Nam, một tương lai được xây dựng bằng sự tỉnh thức, bằng lòng từ, bằng khả năng thấy rõ bản chất các pháp, và bằng niềm tin dù thời đại đổi thay, đạo lý vẫn có thể sống trong từng hơi thở của những người biết sống vì người khác.

Và như thế, Thầy chưa bao giờ rời đi. Và cũng không cần "trở lại". Thầy chỉ nhẹ nhàng hiện diện đúng vị trí mà đạo pháp luôn cần một tâm hồn vị tha-vô ngã.

Phật lịch 2569 - Đại Tường Ôn, 24 tháng 11 năm 2025

PHÁP UYỂN

Tăng Già và GHPGVNTN Bản Thệ: 'Thập phương Bạc-già-phạm nhất lộ Niết-bàn môn'

TRI-TUE

Bài viết này không tìm cách vẽ thêm một lý tưởng mới cho Giáo Hội, mà chỉ làm hiện rõ những sự thật mà đời sống tôn giáo tại quốc nội lẫn hải ngoại đang phải đối diện: sự phân mảnh nội bộ, sự thế tục hóa âm thầm, sự già hóa cộng đồng, sự rời xa của thế hệ trẻ, và sự đứt đoạn giữa bản thể giải thoát của đạo với nhu cầu sinh hoạt của cộng đồng Việt nơi đất mới. Tính thực tế của bài viết không nằm ở việc mô tả những khó khăn bề mặt, mà ở chỗ nêu lên các nguyên lý cốt lõi mà Giáo Hội phải giữ nếu muốn đi xa: giải thoát làm cứu cánh, trí tuệ làm nền tảng, từ bi làm phương hướng, và sự độc lập với mọi ý thức hệ làm điều kiện sinh tồn. Trong môi trường đa văn hóa, đa thế hệ và đầy biến động của hải ngoại, bài soạn này đặt lại đúng cái mà lâu nay ít ai dám nói - rằng Giáo Hội chỉ có thể tiếp tục vai trò lịch sử của mình khi không bị hòa tan vào những nhu cầu thời vụ, cũng không bị kéo lệch bởi phân tuyến cộng đồng, mà đứng vững nơi bản thể bất động của Đạo. Chính ở điểm ấy mà bài viết trở nên thiết thực: không hứa hẹn một tương lai dễ dàng, nhưng mở ra con đường duy nhất mà Giáo Hội có thể bước đi mà không đánh mất chính mình.

*

Khi lịch sử khép lại một cánh cửa và để ngỏ một khe sáng mong manh giữa bão táp nhân gian, lời Thầy cất lên không nhằm mục đích thuyết phục ai mà để đánh thức chính phần tĩnh lặng trong mỗi người. Thông điệp của Thầy - "*Giáo Hội Phật Giáo Việt Nam Thống Nhất không phải là một hiệp hội thế tục... duy chỉ một định hướng duy nhất: Thập phương Bạc-già-phạm nhất lộ Niết-bàn môn*" - hiển hiện như làn sương cuối chiều phủ trên mái chùa, không ồn ào nhưng thấm sâu, không gió nổi mà vẫn lay động những tấm lòng còn ưu tư vận nước, vận đạo.

Đây không phải tuyên ngôn, không phải khẩu hiệu, chỉ giống hơn một lời chú nguyện dành cho thế hệ mai sau, chiếu ngược vào dòng lịch sử từng nhuộm bằng máu, bằng khói hương, bằng những đêm dài lao lý của bậc tăng sĩ không chịu bỏ rơi gốc rễ của mình. Giáo lý ấy - hay có khi phải nói cái hơi thở ấy - đã cùng dân tộc đi qua chiến tranh, đi qua mịt mù bách hại, đi qua những cuộc ly tán tưởng chừng vô tận, để giờ đây đứng trước thời đại toàn cầu hóa như một hành giả trở về sau mùa an cư, thong thả phủi nhẹ bụi hồng trần còn vướng trên đôi dép cỏ, nhìn lại con đường đã qua mà không bi lụy, nhìn về con đường sắp đến mà không sợ hãi.

Từ thời kháng chiến cho đến bão lửa 1963, từ những ngày chùa chiền bị bao vây, Tăng Ni bị đàn áp, Phật pháp bị giới hạn trong bóng tối ý thức hệ, cho đến bao đêm trong lao tù cộng sản, từng lời kinh Bát-nhã trở thành hơi thở sống còn của tăng tín đồ GHPGVNTN - lịch sử ấy không phải chỉ là chuỗi sự kiện, mà là **một tính mệnh**, một minh chứng Giáo Hội này không được sinh ra bởi thế quyền và cũng không thể bị tiêu diệt bởi thế quyền. Chính vì thế, Thầy Tuệ Sỹ mới có thể nói một cách giản dị nhưng sấm động: *Giáo Hội không phải là hiệp hội thế tục*. Bởi mọi hiệp hội thế tục đều được dựng lập trên những thương thỏa, những linh hoạt chính trị, những đổi chác quyền lợi, còn Giáo Hội được dựng trên **dòng huyết mạch của sự thức tỉnh**, trên tuệ giác vô ngã, trên đại nguyện của một dân tộc muốn thoát khỏi những trói buộc của kiếp nhân sinh lầm lạc.

Lời ấy không phải là phát ngôn chính trị. Đó là một đạo lộ, một tuyên xưng bản thể. Trong thế giới chính trị xoay chuyển vô thường, mọi tổ chức tôn giáo bị cám dỗ bởi sự hiện hữu muốn tồn tại, phải dựa vào quyền lực này, phải khuynh hướng theo trào lưu kia. Nhưng Giáo Hội, như tinh thần Thầy đề cập, *không hành đạo theo bất cứ định hướng ý thức hệ nào*. Vì ý thức hệ, suy cho cùng chỉ là một lớp sương mù của tư tưởng, có thể u tối, có thể rực sáng, nhưng chung cuộc vẫn chỉ là sương mù. Mà người tu, người hành đạo, người giữ mạng mạch Giáo Hội thì cần một bầu trời cao rộng.

Giây phút này - không chỉ quốc nội mà ngay tại hải ngoại, giữa nghìn tiếng gọi của chủ nghĩa dân túy, phân cực chính trị, sự xâm nhập tinh vi của các cơ chế thế tục và những cơn sóng đồng hóa văn hóa - việc khẳng định lại bản thể phi-thế-quyền của GHPGVNTN không những là cần thiết mà là sinh tử. Bởi nếu đồng hóa, Giáo Hội sẽ biến thành một nhóm xã hội, một hội ái hữu, một tổ chức thiện nguyện; còn nếu giữ được bản thể, Giáo Hội sẽ là nguồn tâm linh cho thế kỷ 21, nơi những con người bị bầm giập bởi xã hội kỹ thuật số tìm lại ngọn đèn soi đường.

Trong ánh sáng đó, thông điệp của Thầy Tuệ Sỹ không còn là lời của một vị tăng sĩ, mà là lời của một bậc minh triết Phật giáo, tiếp nối truyền thống Thầy Tổ, siêu vượt giới hạn của thời đại. Đó là lời phóng chiếu vào tương lai, nơi mà GHPGVNTN ở hải ngoại - trên tất cả các châu lục - sẽ phải đối diện với thử thách lớn nhất là làm sao tồn tại như một Giáo Hội mà không bị đồng hóa thành một tổ chức xã hội?

Thế giới hôm nay đòi hỏi tổ chức tôn giáo phải "hữu dụng", phải "thực dụng", phải đáp ứng các nhu cầu tâm lý cấp thời. Người ta muốn đạo Phật trở thành ngành trị liệu, muốn tăng sĩ trở thành cố vấn tâm lý, muốn chùa trở thành trung tâm cộng đồng. Những điều ấy có thể có lợi, có thể cần thiết, nhưng nếu chỉ có thế thì Giáo Hội mất đi bản chất giải thoát. Một Giáo Hội Phật giáo mà mục tiêu chỉ là cho con người "cảm thấy tốt hơn" thì vẫn chưa chạm đến bản thể của Phật pháp. Cảm thấy tốt là điều trị; giải thoát là siêu việt.

Chính vì vậy, định hướng "*Thập phương Bạc-già-phạm nhất lộ Niết-bàn môn*" không phải là huyền thoại, không phải lý tưởng xa xỉ; đó là tuyên bố về phương vị hiện hữu của Giáo Hội, Một con đường - không hai; một cánh cửa - không quyền lực thế tục nào đóng hoặc mở được.

Và từ lời Thầy, ta nhìn lại lịch sử dân tộc mình, một dân tộc đã quen bị chi phối bởi quyền lực, ý thức hệ, biến động triều đại. Trong suốt nghìn năm ấy, Phật giáo Việt Nam chỉ hưng thịnh khi không bị quyền lực thế tục lạm dụng; chỉ lung lay khi Phật giáo trở thành khí cụ của triều đình. Từ Lý-Trần huy hoàng cho đến Lê-Nguyễn suy thoái, lịch sử chứng minh một điều, Phật giáo chỉ mạnh khi tự do, khi người tu không bị biến thành công cụ chính trị.

Vậy Giáo Hội hôm nay - quốc nội hay ở hải ngoại - được trao một di sản lạ lùng, vừa tự do tuyệt đối vì không còn bị chế độ kiểm soát, vừa dễ lạc đường vì tự do quá mức. Chính trong tình thế này, lời nhắc của Thầy Tuệ Sỹ là ngọn đèn cho cả thế hệ là giữ được con đường duy nhất của Bạc-già-phạm giữa muôn vạn nẻo của thế gian hóa.

Nếu thế gian đòi hỏi chúng ta phải "hữu dụng", thì Giáo Hội cần phải "tỉnh thức". Nếu xã hội đòi hỏi chúng ta phải "đứng về phía này hay phía kia", thì Giáo Hội cần đứng về phía duy nhất, phía của vô úy và giải thoát. Nếu các mạng xã hội, truyền thông, các nhóm áp lực muốn kéo Phật giáo vào chiến tuyến văn hóa, thì Giáo Hội phải đứng ngoài tất cả các chiến tuyến, để giữ lấy tinh thần từ bi vô phân biệt.

Bởi Phật giáo ở ngoài vòng cương tỏa, là tiếng hát của tự do tuyệt đối giữa sa mạc ý thức hệ, và Niết-bàn môn là cửa duy nhất.

Từ đó mà mở ra một hướng nhìn mới trong thời đại toàn cầu hóa, Giáo Hội Phật Giáo Việt Nam Thống Nhất ở hải ngoại phải tự xem mình không đơn thuần là Giáo Hội của người Việt, không đơn giản là di sản của quá khứ, mà phải là **đại diện cho một nền Phật giáo có khả năng đối thoại với thế giới hiện đại** - không đánh mất căn tính, nhưng cũng không trở thành những lớp trầm tích cũ của quá khứ.

Hải ngoại là mảnh đất không biên giới và cũng chính vì vậy, Giáo Hội không được phép tự thu mình trong vỏ ốc "người Việt hải ngoại". Phật giáo nếu bị đóng khung trong một cộng đồng sắc tộc thì sẽ tự hạn chế bản thân. Phật giáo Việt Nam đã từng đóng vai trò dẫn đạo quốc gia trong thời Lý-Trần; hôm nay, có thể trở thành sứ giả văn hóa và tâm linh của Việt Nam trong đối thoại toàn cầu, nếu giữ được bản thể đúng như lời Thầy Tuệ Sỹ nhắc là *phi-thế-quyền, phi-ý-thức-hệ, phi-công-cụ.*

Và như vậy, bài học đầu tiên là Giáo Hội phải tồn tại như một tâm thức, không chỉ như một tổ chức. Tổ chức có thể phân ly; tâm thức thì không. Tổ chức có thể bị thâu tóm; tâm thức thì không ai thâu tóm được. Tổ chức có thể tàn; tâm thức giải thoát thì bất diệt.

Hải ngoại - từ Mỹ, Canada, Pháp, Đức, Úc, Nhật, cho đến châu Âu - đang mở ra một giai đoạn mà đạo Phật Việt Nam bị đòi hỏi phải trưởng thành, không còn dựa trên hoài niệm chiến tranh, không còn dựa trên nỗi đau tị nạn, không còn dựa vào đối kháng chính trị, mà dựa vào tuệ giác. Tuệ giác ấy là sự tiếp nối không gián đoạn của ba thế hệ Thầy Tổ, của những vị đã trả giá bằng tự do và sinh mệnh để bảo vệ mạng mạch Giáo Hội.

Bấy giờ, lịch sử của một Giáo Hội không bao giờ chỉ được viết bằng biên niên sử; mà thường được kết tinh bằng những nếp gấp trên trán người tu, bằng những vết nứt của thời cuộc, bằng sự im lặng kéo dài qua nhiều thế hệ. Nhìn lại hành trình của Giáo Hội Phật Giáo Việt Nam Thống Nhất từ 1963 đến hôm nay, ta dễ thấy rằng điều gọi là "biến động" không bao giờ là điều gì bên ngoài, đó là một thử nghiệm đối với bản thể, một khảo hạch đối với sự kiên định trên con đường giải thoát.

Những năm tháng bách hại sau 1975 - tưởng chừng là cơn ác mộng lịch sử - lại chính là nơi Giáo Hội chứng nghiệm rõ nhất bản lai diện mục của mình. Khi tất cả cửa chùa đều bị treo bảng quản lý, khi tăng sĩ bị cưỡng ép tái giáo dục, khi kinh sách bị cấm đoán, khi lòng người bị đẩy vào sợ hãi, Giáo Hội không tan; trái lại, thu lại thành một nguồn lực bất khả tư nghì. Không còn hình tướng để nương, không còn pháp lý để bám, Giáo Hội chỉ còn lại cái duy nhất mà không quyền lực nào tước đoạt được: **tính quyết liệt của tự do tâm linh.**

Chính sự thu lại ấy là mầm cho sự bung nở tại hải ngoại. Khi những đoàn người vượt biển, vượt biên, chia lìa quê hương và tá túc trên đất lạ, họ không mang theo được gia sản hay tài sản, nhưng họ mang theo một hình bóng, bóng dáng của những ngôi chùa bị đóng cửa. Chính bóng dáng ấy đã hóa thành động lực dựng chùa mới, lập hội mới, nối lại mạch sinh hoạt. Vì thế, sự hiện diện của Giáo Hội tại Hoa Kỳ, Châu Âu, Úc, Canada... không phải là một chi nhánh được lập theo quyết định hành chính; đó là sự tự tái sinh của một truyền thống đã vượt thoát khỏi giới hạn địa lý.

Nhưng cũng từ đây, thử thách mới bắt đầu. Tại quê nhà, Giáo Hội bị bách hại bởi quyền lực; tại hải ngoại, Giáo Hội bị bào mòn bởi tự do. Một bên là áp lực cưỡng chế, một bên là sự nới lỏng vô hạn độ. Khi không còn kẻ thù bên ngoài, kẻ thù bên trong sẽ xuất hiện: chia rẽ nội bộ, dị biệt tông phong, tranh cãi pháp lý, nặng nhẹ tổ chức, sự nổi lên của chủ nghĩa "cái tôi tôn giáo" - tất cả những thứ ấy không đến từ ác ý, mà từ sự thiếu tỉnh thức trước tự do.

Ở quê nhà, người tu bị buộc phải im lặng để được sống. Ở hải ngoại, người tu đôi khi buộc phải nói để được nghe. Cả hai đều là những thách thức mà Giáo Hội phải trả lời bằng trí tuệ tập thể, không phải bằng phản ứng cảm xúc.

Và ở chính điểm này, lời nhắc của Thầy Tuệ Sỹ sáng lên lần nữa, *Giáo Hội không hành đạo theo bất cứ định hướng ý thức hệ nào.* Tại hải ngoại, nơi cộng đồng Việt Nam phân hóa bởi chính trị, bởi quan điểm về quê hương, bởi vết thương lịch sử chưa khép, Giáo Hội ngủ quên một khoảnh khắc thôi cũng đủ bị kéo vào những tranh luận mà mục đích không phải giải thoát mà là thỏa mãn bản ngã tập thể.

Quyền lực thế tục không những là nhà nước; nó còn là tập khí của cộng đồng, là áp lực của đám đông. Nếu không sáng suốt, người tu có thể bị cuốn vào dòng đòi hỏi đó, phải đứng về "phía này", phải ủng hộ "phía kia", phải phát biểu theo mong đợi của cộng đồng tị nạn, phải chống điều mà cộng đồng chống, phải bênh điều mà cộng đồng bênh. Nhưng tu sĩ không thể trở thành cái bóng tâm lý của cộng đồng. Nếu bị kéo vào, Giáo Hội mất lập trường nguyên thủy của mình, phò pháp, không phò thế.

Giải thoát không thể là món quà trao đổi với bất cứ khuynh hướng nào. Từ bi không thể trở thành khẩu hiệu của một lập trường chính trị. Trí tuệ không thể bị dùng làm lá chắn biện hộ cho sân si tập thể.

Hải ngoại mang đến tự do, nhưng tự do cũng là thử thách của chánh niệm. Những ai đã trải qua lịch sử Giáo Hội đều hiểu rằng điều làm GHPGVNTN mạnh nhất chưa bao giờ là số lượng chùa, chưa bao giờ là cơ cấu tổ chức, chưa bao giờ là những cuộc họp hay giấy tờ nội quy; cái làm Giáo Hội mạnh nhất luôn là niềm tin vô tận vào con đường duy nhất mà chư Phật đã đi.

Ở nơi đây, chúng ta nhìn thấy nguy cơ khác, sự thế tục hóa Phật giáo qua hình ảnh "trung tâm sinh hoạt cộng đồng." Khi chùa trở thành không gian cho các hội đoàn, khi người đến chùa chỉ để tìm nơi gặp gỡ, khi nghi lễ trở thành giải trí tâm linh, khi giáo lý bị giản hóa thành lời khuyên tâm lý xã hội - đó không phải là con đường của Bạc-già-phạm. Đạo Phật có thể chữa lành vết thương, nhưng bản chất không phải trị liệu; Phật giáo có thể nuôi dưỡng an lạc, nhưng mục tiêu vốn là giải thoát.

Một Giáo Hội mà đánh mất cứu cánh giải thoát sẽ dần dần biến thành một hội văn hóa. Một Giáo Hội mà xem thịnh suy là mục đích sẽ biến thành một tổ chức xã hội. Một Giáo Hội mà để các điều kiện thế gian chi phối sẽ biến thành một nhánh của thế gian.

Thời đại toàn cầu hóa đặt Giáo Hội vào một thế lưỡng nan, nếu khép kín, Giáo Hội trở nên lạc hậu và tự cô lập. Nếu mở quá rộng, Giáo Hội tan loãng và đánh mất bản thể.

Giữa hai cực ấy, con đường mà Giáo Hội phải đi không phải là chọn một cực, mà là vượt qua nhị biên, giữ được tâm bất động trước mọi trào lưu, nhưng đồng thời vẫn mở cửa cho mọi cuộc đối thoại với thời đại. Đạo Phật không sợ khoa học, không sợ triết học Tây phương, không sợ các trào lưu văn hóa mới; điều duy nhất Phật giáo sợ là đánh mất chính mình.

Muốn giữ mình, Giáo Hội hải ngoại cần nhìn thẳng vào thực tại:
- Chúng ta đang đứng trước sự phân mảnh truyền thừa.
- Các thế hệ trẻ sinh ra tại hải ngoại không còn mang tâm thức quê hương như cha mẹ.
- Nhiều chùa đang trở thành "chùa Việt Nam" hơn là "chùa Phật giáo".
- Giá trị giải thoát đang bị che khuất bởi giá trị cộng đồng.
- Và đau lòng nhất, nhiều người xem Giáo Hội như một di sản cần trang điểm, thay vì như một con đường cần bước đi.

Nhưng chính từ những đổ vỡ ấy, một cơ hội mở ra. Bởi điều mà GHPGVNTN tại các châu lục, quốc gia ở hải ngoại có - và thế giới hôm nay đang thiếu - là một truyền thống tâm linh có căn bản giải thoát, không lệ thuộc vào quyền lực, không lệ thuộc vào kinh tế, không lệ thuộc vào ý thức hệ. Thế giới càng toàn cầu, con người càng cô đơn; xã hội càng giàu có, tâm linh càng khô hạn; thông tin càng nhiều, trí tuệ càng hiếm.

Trong bối cảnh đó, Giáo Hội có thể trở thành không gian minh triết, chứ không phải chỉ là nơi duy trì văn hóa Việt. Muốn làm được điều này, Giáo Hội phải tự định vị lại, không đặt mình trong các phân tuyến của cộng đồng, nhưng gìn giữ vị trí nơi mọi tâm hồn đều có thể nương tựa. Không đứng về phía bảo tồn truyền thống hay cải cách hiện đại, mà đứng về phía trung đạo. Không đứng về phía quá khứ hay tương lai, mà đứng về phía bản thể Phật pháp - nơi thời gian không còn ý nghĩa. Và trên tất cả, Giáo Hội phải giữ bằng được điều cốt tử, đừng bao giờ để quyền lực thế gian có cơ hội định nghĩa lại con đường của mình. Dù quyền lực ấy đến từ chính trị, từ cộng đồng, từ truyền thông, hay từ những mong đợi của quần chúng Phật tử.

Bởi chỉ khi gìn giữ được bản thể ấy, Giáo Hội mới có thể tiếp tục làm điều mà tiền nhân đã làm, giữ ngọn lửa chánh pháp giữa vô minh thời đại.

Nhìn từ hơn nửa thế kỷ hiện hữu trong lưu vực tâm thức người Việt xa xứ, Giáo Hội hải ngoại giống như một dòng sông thoát khỏi khe đá để bước vào miền đất rộng. Khi bị kềm hãm, nước chảy xiết; khi được mở ra, nước lan rộng thành đồng bằng. Nhưng đồng bằng, cũng như tự do, là nơi bản thể dễ tan. Và chính trên miền đất ấy, Giáo Hội đã bước vào giai đoạn thử nghiệm lớn nhất kể từ ngày ra đời: thử nghiệm về cách tồn tại mà không đánh mất chính mình.

Những khúc quanh của Giáo Hội tại hải ngoại không phải lúc nào cũng là bi kịch; đôi khi chúng chỉ đơn thuần là những dấu ấn của một cộng đồng đang điều chỉnh cho phù hợp với hoàn cảnh mới. Khi những vị đầu tiên dựng chùa trên đất Mỹ, Pháp, Đức, Úc... chư vị mang linh ảnh quê hương trong hành lý và mang giáo lý giải thoát trong tâm khảm. Nhưng nơi đất mới, người Việt phải đối mặt với gió lạnh văn hóa, với nhịp sống công nghiệp, với sự cô đơn của kiếp di dân. Trong hoàn cảnh ấy, chùa Việt Nam trở thành nơi trú ẩn không chỉ cho người tu mà cho dân tộc.

Thế hệ thứ nhất đến chùa để tìm lại quê hương. Thế hệ thứ hai đến chùa để tìm lại cội nguồn. Thế hệ thứ ba đến chùa - nếu đến - là để tìm lại tâm mình.

Và chính ở đây, ta thấy được bài toán mà Giáo Hội phải giải: làm sao gìn giữ căn bản giải thoát trong khi vẫn đáp ứng được nhu cầu của một cộng đồng trải qua ba tầng thời gian khác nhau.

Thế hệ thứ nhất cần sự che chở của truyền thống. Thế hệ thứ hai cần sự hướng dẫn của căn tính. Thế hệ thứ ba cần sự khai mở của trí tuệ.

Nếu Giáo Hội chỉ giữ phần truyền thống, thì thế hệ mới sẽ thấy đạo là một bảo tàng. Nếu Giáo Hội chỉ hướng về cộng đồng, thì đạo sẽ trở thành nơi tổ chức lễ hội. Nếu Giáo Hội chỉ chạy theo sự hiện đại, thì đạo sẽ đánh mất chiều sâu thiền định.

Vậy con đường nào để dung hòa? Con đường duy nhất vẫn là con đường của bản thể: không thêm, không bớt; không chạy theo; không trốn tránh; chỉ giữ trung tâm bất động như hạt minh châu giữa chợ đời biến loạn.

Nhìn sâu vào đời sống của thế hệ trẻ tại hải ngoại, ta thấy một nghịch lý, họ sống giữa một thế giới mở, nhưng tâm lại bị vây bởi những khoảng trống vô hình. Nhiều em lớn lên với ngôn ngữ mới, với thẩm mỹ mới, với hệ giá trị mới, và chùa trở thành một thế giới xa lạ nếu chùa chỉ nói bằng tiếng quê hương, bằng phong tục cổ, bằng những hình thức nghi lễ đã không còn tương hợp với đời sống tâm lý của người lớn lên trong môi trường đa văn hóa.

Thế giới của các em được định hình bởi khoa học, công nghệ, triết lý phương Tây, tâm lý học trị liệu, truyền thông đại chúng. Nhưng sâu trong mắt các em vẫn có một nét mơ hồ của nỗi buồn không định danh - nỗi buồn của người thiếu một bản đồ tâm linh.

Nếu Giáo Hội không đến kịp, thế giới khác sẽ đến trước: chủ nghĩa tiêu thụ, chủ nghĩa cá nhân, chủ nghĩa duy vật tâm lý. Và lúc ấy, đạo Phật sẽ đến sau như một tiếng vọng, không còn là con đường.

Vậy trách nhiệm của Giáo Hội không phải chỉ là gìn giữ nghi lễ hay truyền thống, mà là làm sống lại tinh thần giải thoát trong ngôn ngữ mới, trong cách thức mới, nhưng không đánh mất gốc rễ. Giống như người giữ đuốc giữa đêm, ánh sáng có thể đổi sắc theo làn gió, nhưng ngọn lửa là một.

Giáo lý không đổi; cách trao truyền phải uyển chuyển. Bản thể không đổi; phương tiện phải thích ứng. Cứu cánh không đổi; hình tướng có thể lay động.

Trong thời đại toàn cầu hóa, Giáo Hội cần có một ngôn ngữ của đối thoại:
- đối thoại với khoa học,
- đối thoại với tâm lý học,
- đối thoại với giới trẻ,
- đối thoại với người ngoài Phật giáo,
- đối thoại với chính những người không còn tin vào tôn giáo.

Không phải đối thoại để hòa tan mà đối thoại để chiếu sáng. Đạo Phật có thể đứng cùng khoa học về vô thường, duyên sinh; có thể đứng cùng tâm lý học về trị liệu khổ đau; có thể đứng cùng nhân quyền về tự do căn bản; có thể đứng cùng văn hóa thế giới về hòa bình và từ bi. Không cần tranh cãi hay biện minh; bản thân đạo đã đủ sức thuyết phục bằng sự hiện hữu của nó.

Nhưng đồng thời, Giáo Hội cũng phải nhớ rằng **tinh thần** giải thoát không thể bị giản hóa thành các khái niệm hiện đại. Đạo Phật không phải mindfulness để giảm stress, không phải triết học hiện sinh để tìm ý nghĩa, không phải tâm lý học ứng dụng để chữa lành vết thương tuổi thơ. Tất cả những điều ấy chỉ là bông hoa trên đường; còn con đường là Niết-bàn môn. Nếu đánh mất cứu cánh giải thoát, đạo sẽ bị biến thành một dạng văn hóa tâm linh, giống như bao sản phẩm tinh thần khác của thời đại.

Trong bối cảnh ấy, Giáo Hội phải trở thành một trung tâm minh triết - nơi mà thế hệ trẻ không đến để học phong tục, mà để học cách nhìn thế giới bằng con mắt không mê lầm. Khi các em bước vào lớp học, các em không cần biết bao nhiêu lễ nghi, bao nhiêu qui tắc; điều các em cần là một sự chỉ dẫn để thấy rõ tâm mình, để phân biệt đâu là vọng tưởng, đâu là thức tỉnh; để biết đi vào đời mà không lạc đường.

Giáo Hội hải ngoại có một lợi thế mà quê nhà không có: tự do khai triển giáo lý mà không phải sợ áp lực tư tưởng. Tự do ấy vốn là cơ hội đồng thời còn là trách nhiệm. Điều gì phó mặc sẽ rơi rụng; điều gì được thắp sáng sẽ lan xa.

Giữa những giao thoa văn hóa, trái tim của Giáo Hội phải giống như quầng trăng đứng yên trên mặt hồ. Dòng nước có thể chuyển động, nhưng trăng không đổi; hình bóng có thể dao động, nhưng ánh sáng vẫn nguyên vẹn. Những cơn gió của thời cuộc - phân hóa xã hội, ly tán chính trị, biến động cộng đồng - chỉ là động thái của mặt nước. Người hành đạo phải nhìn sâu vào mặt trăng, không dừng lại ở sự gợn sóng.

Khi nhìn vào những chuyển động của thời đại, ta dễ lầm rằng thế giới đang đi quá nhanh và Giáo Hội có nguy cơ bị bỏ lại phía sau. Nhưng sự thật không phải thế. Thế giới càng nhanh, càng hỗn loạn, càng phân mảnh, càng đánh mất khả năng dừng lại; thì Giáo Hội - nếu giữ được tâm bất động - lại càng trở thành điểm quy chiếu cho một nhân loại đang mệt mỏi vì tốc độ. Trong một thời đại mà ai cũng bận rộn nói, người giữ được im lặng sẽ là người nói sâu nhất. Trong một thời đại mà ý thức hệ lên tiếng ầm ầm, sự hiện diện thanh tịnh của Đạo sẽ trở thành tiếng nói bền lâu nhất.

Nhưng để giữ được sự thanh tịnh ấy, Giáo Hội - nhất là Giáo Hội hải ngoại - cần nhìn lại mình bằng con mắt không khoan nhượng: nhìn thẳng vào căn cốt, nhìn rõ vai trò của từng thành phần, và nhìn xa hơn khỏi những giới hạn quen thuộc của cộng đồng sắc tộc.

Tăng Ni, trước hết và sau cùng, không phải là người làm công tác xã hội, không phải là người đại diện cộng đồng, cũng không phải là những biểu tượng văn hóa; Tăng Ni là những người giữ ngọn lửa tỉnh thức. Khi ngọn lửa ấy sáng, chùa không cần lớn; khi ngọn lửa ấy tắt, cung điện cũng vô dụng. Chính vì vậy, vai trò của Tăng Ni hải ngoại không phải chỉ để duy trì nghi lễ, mà để trở thành những trụ mốc tâm linh giữa dòng chảy đa văn hóa, nơi ánh mắt con người không còn định hướng, nơi tâm người trẻ phân ly giữa nhiều thế giới, nơi người lớn tuổi mệt mỏi vì lưu lạc quá lâu.

Một vị tu sĩ thời nay không thể chỉ trích dẫn kinh điển; vị ấy phải trở thành người mở ra con đường của trí tuệ trong lòng thời đại. Những bài pháp không còn chỉ có tác dụng khuyến thiện - mà phải có khả năng xuyên qua những câu hỏi hiện sinh mà người trẻ lớn lên ở phương Tây phải đối diện nỗi cô đơn âm thầm, cảm giác vô nghĩa trong cuộc sống vật chất đầy đủ, sự lạc lõng giữa hai nền văn hóa, những khủng hoảng tâm lý và nỗi sợ không nói ra của thế hệ kỹ thuật số.

Nếu các vị Tăng Ni không đủ thấu suốt để đối thoại với nỗi khổ ấy, chùa sẽ trở thành nơi đánh mất người trẻ, và đạo pháp - tuy vẫn được kính trọng - sẽ dần bị đặt lên kệ như một món đồ văn hóa.

Trách nhiệm của cư sĩ cũng thay đổi. Cư sĩ không những là người hộ trì Tam bảo theo nghĩa truyền thống; còn là những người đứng ở lằn ranh giữa đời và đạo, mang tâm thức của cả hai thế giới. Quý vị ấy hiểu sự đòi hỏi của xã hội hiện đại, hiểu những áp lực vô hình của môi trường sống, hiểu những giới hạn của thế hệ trước và hiểu cả ngôn ngữ mà thế hệ trẻ đang nói. Chính vì vậy, cư sĩ hải ngoại có thể trở thành những nhịp cầu nối - vừa bảo vệ bản thể của Giáo Hội, vừa dẫn đạo Phật đi vào đời sống mới, không đánh mất, không hòa tan, không mù mờ.

Nếu Tăng Ni là ngọn lửa, cư sĩ phải là chiếc đèn. Lửa mà không có đèn thì tỏa sáng mơ hồ; đèn mà không có lửa thì chỉ còn là vật trang trí. Giữa hai, phải có sự tương tác của niềm tin và trí tuệ.

Và rồi có thế hệ trẻ - những con người sinh ra trong sự giao thoa của hai nền văn hóa, lớn lên trong thế giới kỹ thuật số, sống trong một môi trường mà tôn giáo không còn là đương nhiên. Đối với các em, đạo Phật không phải là ký ức quê hương; mà là câu hỏi mở. Nếu đạo Phật không trả lời được những câu hỏi ấy, các em sẽ tìm câu trả lời ở nơi khác: triết học nhân bản, tâm lý học trị liệu, chủ nghĩa khoái lạc, văn hóa tiêu thụ, hoặc tệ nhất là sự vô cảm lạnh lùng.

Nhưng cũng chính nơi các em, Giáo Hội có thể tìm thấy một cánh cửa không ai ngờ đến, vì thế hệ trẻ có khả năng nhìn đạo bằng con mắt mới, không bị định kiến, không bị gánh nặng truyền thống, không bị khuôn mẫu lễ nghi trói buộc. Nếu được tiếp cận đúng cách, các em sẽ thấy đạo không phải là quá khứ của một dân tộc, mà là tương lai của chính tâm mình.

Giáo Hội không thể đòi hỏi người trẻ phải trở lại như cha mẹ mình; Giáo Hội cần bước tới để gặp các em nơi các em đang đứng. Điều ấy không có nghĩa là thay đổi bản thể đạo, mà là thay đổi cách trao truyền, nói về khổ bằng ngôn ngữ tâm lý học; nói về vô thường bằng ngôn ngữ khoa học; nói về vô ngã bằng ngôn ngữ xã hội học; nói về giải thoát bằng trải nghiệm chánh niệm sâu xa; nói về từ bi bằng cách giúp người trẻ đối diện với sự kiệt sức nội tâm của chính họ.

Nếu không, đạo sẽ trở thành tiếng vọng xa xôi, không chạm được trái tim của thế hệ đang cần nhất.

Sự giao thoa văn hóa của hải ngoại không phải là trở lực; đó là điều kiện để đạo sáng tỏ hơn. Khi đạo bước vào môi trường mới, buộc phải trở về căn tính của mình, khi mọi lớp vỏ văn hóa bị lay động. Chính những giao thoa ấy khiến Giáo Hội phải đặt lại câu hỏi: "Đâu là Phật pháp, đâu là thói quen văn hóa?" Có những thứ nhiều đời ta cho là đạo, nhưng thật ra chỉ là phong tục; có những thứ ta tưởng là phong tục, nhưng thật ra là phương tiện đưa người về giải thoát.

Trong không gian đa văn hóa, đạo phải giữ được cốt tủy của mình:
- bản thể giải thoát,
- tinh thần vô úy,
- đạo lộ không lệ thuộc ý thức hệ,
- sức mạnh chuyển hóa của trí tuệ,
- và từ bi như hơi thở.

Từ đó, những phân ly trong quá khứ không còn ý nghĩa như vết thương, mà trở thành những bài học. Bởi không có con đường lớn nào đi qua mà không có những chỗ đá lở. Điều đáng sợ không phải là phân ly, mà là không học được gì từ phân ly.

Muốn vượt qua phân ly, Giáo Hội phải nhìn lại mình bằng tâm không chấp trước. Không ai đúng trọn vẹn; không ai sai trọn vẹn; chỉ có sự tỉnh thức là con đường duy nhất đưa mọi người đến gần nhau.

Sự thống nhất của Giáo Hội không phải là gom mọi tổ chức thành một khối. Sự thống nhất thật sự chỉ có khi mọi người cùng nhìn về một hướng: hướng của giải thoát. Khi tâm nhìn chung một điểm, mọi rẽ nhánh sẽ tự khép lại.

Trong dòng chảy toàn cầu hóa, Giáo Hội cần một nền tảng mới để đi xa:
- không phụ thuộc vào hình thức,
- không bị ràng buộc bởi chính trị,
- không dựa vào nỗi hoài niệm của thế hệ đầu,
- không tự đóng khung mình trong cộng đồng Việt Nam,
- không trở nên mờ nhạt trước trào lưu hiện đại.

Tất cả những điều ấy chỉ đạt được khi Giáo Hội sống đúng tinh thần đã được Thầy nhắn nhủ: *duy chỉ một định hướng duy nhất - con đường của mười phương bậc Thánh, một cửa giải thoát duy nhất*. Khi đi đúng con đường ấy, Giáo Hội không cần lớn mà vẫn bền; không cần đông mà vẫn sáng; không cần quyền lực mà vẫn có uy lực.

Cơn gió của thời đại sẽ còn đổi hướng nhiều lần. Nhưng người giữ vững chánh niệm thì luôn đứng giữa tâm cơn bão mà vẫn tĩnh lặng. Khi Giáo Hội làm được điều ấy, hải ngoại sẽ không còn là nơi nương náu của quá khứ, mà sẽ trở thành nơi phóng tỏa của tương lai.

Khi đứng trước những cuộc phân tranh nội bộ trong quá khứ, nhiều người từng lo ngại rằng Giáo Hội sẽ rạn nứt, sẽ tan biến. Nhưng thực tế cho thấy rạn nứt không làm Giáo Hội mất bản thể; chỉ làm mất hình tướng. Và đôi khi, mất hình tướng chính là cách để bản thể trở nên sáng rõ hơn. Bất cứ ai từng học đạo đều biết rằng mọi hình tướng đều là phương tiện; phương tiện khi thích hợp thì dùng, khi lỗi thời thì bỏ. Nhưng bản thể thì không bao giờ được buông.

Nhìn sâu vào dòng lịch sử hải ngoại, ta thấy một điều giản dị Giáo Hội chỉ thật sự mạnh khi người tu sĩ biết sống như người giữ lửa. Không cần đông, không cần rầm rộ, không cần quảng bá. Chỉ cần lửa sáng. Bởi chỉ một ngọn lửa chân thật cũng đủ soi rọi cho ngàn năm tăm tối.

Thế giới đang bước vào một kỷ nguyên mà công nghệ thay thế tư duy, truyền thông thay thế trải nghiệm, dữ liệu thay thế ký ức. Trong ngã ba của thời đại ấy, đạo Phật không thể đi theo lối cũ. Giáo Hội không thể chỉ là nơi bảo tồn nghi lễ. Tăng Ni không thể chỉ lặp lại những bài thuyết pháp xưa. Cư sĩ không thể chỉ đóng vai người tham dự. Tất cả cùng phải bước vào một hành trình mới, hành trình tái hiện đạo Phật như con đường của trí tuệ, không lệ thuộc vào hình thức, không vướng bận vào tranh cãi, không đắm chìm trong nỗi hoài niệm quê hương.

Quê hương thật sự của đạo không nằm trong biên giới Việt Nam; nó nằm trong niệm đầu thanh tịnh. Khi Giáo Hội hiểu được điều ấy, mọi chia rẽ sẽ tan, mọi phai nhạt sẽ sáng, mọi khúc quanh sẽ trở thành lối mở.

Và chính lúc đó, hải ngoại không còn là lưu xứ, mà sẽ trở thành pháp xứ, nơi đạo được phóng thích khỏi ràng buộc thế quyền, nơi trí tuệ được thắp sáng bằng tự do, nơi thế hệ mới tìm được căn nhà tâm linh trong một thế giới không còn gốc rễ.

Khi nhìn lại toàn bộ hành trình của Giáo Hội từ trong nước đến hải ngoại, ta có thể nhận ra một sự thật đơn giản nhưng thâm sâu, mọi thử thách của thời đại, dù mang hình tướng chính trị hay xã hội, thật ra chỉ là phép thử của tâm. Những bách hại, phân ly, lưu xứ, biến động... không phải là bóng đêm phủ lên đạo, mà là chiếc gương để người hành đạo soi lại chính mình, soi xem ánh sáng còn hay đã mờ, soi xem con đường đi vẫn thẳng hay đã nghiêng, soi xem chúng ta còn nhớ bản thể hay đã đánh mất nó trong khói sương thời cuộc.

Giáo Hội Phật Giáo Việt Nam Thống Nhất, từ thuở khai sinh đến hôm nay, đã đi qua không biết bao nhiêu biến động, và mỗi biến động lại làm hiện rõ hơn chân tướng của con đường, đạo không thể bị quy định bởi thế quyền, ý thức hệ hay nhu cầu xã hội; đạo chỉ có một hướng: giải thoát. Chư Phật đã đi qua con đường ấy; chư vị tiền bối của Giáo Hội đã bước theo con đường ấy; và giờ đây, thế hệ hải ngoại đứng trước nhiệm vụ giữ ngọn lửa ấy giữa thời đại toàn cầu hóa đầy những ánh sáng giả.

Thời đại hôm nay có một nghịch lý, ánh sáng càng nhiều, bóng tối càng dày. Người ta có thể tiếp cận hàng triệu thông tin, nhưng lại đánh mất khả năng nhìn vào chính mình. Người ta có thể tham dự vô số lễ hội tâm linh, nhưng lại không biết một niệm tỉnh thức là gì. Người ta có thể xây chùa to, tượng lớn, nhưng lại không nghe được hơi thở nhẹ của chánh niệm. Trong thế giới ấy, vai trò của Giáo Hội không phải là chạy theo những thứ rực rỡ, mà là giữ lấy một điểm sáng không thể dập tắt - điểm sáng của tuệ giác.

Điểm sáng ấy không cần được phô bày. Nó không phải ánh đèn pha chiếu vào đời. Nó giống ánh đom đóm giữa rừng đêm - nhỏ nhưng bền, yếu nhưng không tắt, và ai nhìn thật kỹ sẽ thấy con đường ngay trước mặt.

Tương lai của Giáo Hội, dù ở quốc độ nào, không nằm trong sức mạnh của tổ chức hay số lượng, không nằm trong sự tranh biện, không nằm trong khả năng lôi kéo người trẻ bằng những hoạt động thời thượng. Tương lai của Giáo Hội nằm trong chất lượng tỉnh thức của từng người có mặt, một vị Tăng giữ được tâm bất động giữa chợ đời đủ làm sáng cả một châu lục; một cư sĩ hộ trì bằng niềm tin thuần tịnh đủ nối lại những rạn nứt vô hình; một người trẻ tìm được ý nghĩa trong ánh sáng vô ngã đủ khơi dậy một thế hệ.

Thế giới đang thay đổi theo hướng mà con người ngày càng khó tìm được điểm tựa nội tâm. Càng văn minh, người ta càng cảm thấy trống rỗng; càng giàu có, người ta càng thấy vô vị; càng có nhiều phương tiện giải trí, người ta càng cô độc; càng giao tiếp nhiều, người ta càng ít thật. Trong thế giới ấy, đạo Phật - nhất là đạo Phật theo truyền thống giải thoát - trở thành một lời đáp hoàn hảo.

Giáo Hội có một cơ hội mà không thế hệ nào trước đó có: cơ hội trình bày đạo Phật như một nền minh triết vượt khỏi mọi biên giới, vượt khỏi mọi khuôn khổ văn hóa. Khi bước ra khỏi vùng đất quê hương, đạo phải học cách tự đứng bằng chân lý của chính nó, không dựa vào phong tục, không dựa vào lịch sử dân tộc, không dựa vào cảm xúc hoài hương. Đó không phải là mất gốc; đó là trở về gốc.

Bởi gốc của đạo không phải là một mảnh đất, mà **là một trạng thái của tâm.**

Ngày nào người tu còn thấy đạo như một phong tục, ngày đó đạo còn bị thời đại chi phối. Ngày nào người hành đạo còn xem Giáo Hội như một tổ chức, ngày đó đạo còn bị thế sự kéo đi. Ngày nào chúng ta còn cần sự ủng hộ của thế gian để an tâm, ngày đó chúng ta chưa thật sự bước vào cánh cửa duy nhất - Niết-bàn môn.

Nhưng nếu nhìn sâu vào những người gìn giữ Giáo Hội suốt nửa thế kỷ qua, chúng ta sẽ thấy có một điểm chung, chư Thầy Tổ không hề hành đạo để tồn tại; mà hành đạo để giải thoát. Và chính vì không cầu tồn tại, mà lại tồn tại. Chính vì không dựa vào quyền lực, mà thành bất khuất. Chính vì không chạy theo thời thế, mà nhân cách vượt thời thế.

Đó là con đường mà Thầy Tuệ Sỹ đã nêu: "*Giáo Hội không đặt mình dưới bất cứ quyền lực thế tục nào... duy chỉ một định hướng duy nhất: Thập phương Bạc-già-phạm nhất lộ Niết-bàn môn.*"

Lời ấy không phải lý thuyết. Đó là lời những người đã đi qua bách hại mà không oán hận; đi qua lưu đày mà không chấp thủ; đi qua chia rẽ mà không mệt mỏi. Lời ấy là trang sử không viết bằng mực, mà viết bằng hơi thở.

Bấy giờ, tương lai của Giáo Hội bắt đầu từ nhận thức ấy.

Khi Giáo Hội định tĩnh giữa thế giới chuyển động, thế giới sẽ tự xoay quanh sự đứng yên ấy. Khi Giáo Hội giữ được bản thể không bị thế tục hóa, đạo sẽ tự nhiên lan tỏa mà không cần quảng bá. Khi Giáo Hội nuôi dưỡng thế hệ trẻ bằng trí tuệ thay vì phong tục, bằng trải nghiệm thay vì giáo điều, bằng từ bi thay vì nghĩa vụ, đạo sẽ sống lâu hơn cả biên giới thời gian.

Hải ngoại rồi sẽ sinh ra những thế hệ mới; những thế hệ ấy sẽ có ngôn ngữ khác, thẩm mỹ khác, cách nghĩ khác. Nhưng nếu đạo Phật tiếp cận thế hệ mới này bằng bản thể không đổi - bằng trí tuệ, bằng từ bi, bằng tâm giải thoát - họ sẽ nhận ra nơi đó căn nhà thật sự của họ.

Một tương lai như vậy không cần quá nhiều người, chỉ cần những người thật. Không cần những công trình hoành tráng, chỉ cần những trái tim an trụ. Không cần sự rầm rộ của phong trào, chỉ cần sự lặng lẽ của chánh niệm.

Và đến một lúc nào đó, khi những lớp sóng của thời đại lắng xuống, khi các tranh biện tiêu tan, khi các phân ly mất bóng, người ta sẽ nhận ra Giáo Hội đã đứng đó từ đầu, và chưa từng lay động.

Bởi bản thể không bị sinh diệt; chỉ có hình tướng là biến đổi.

Tương lai của Giáo Hội Phật Giáo Việt Nam Thống Nhất, trên tất cả các châu lục quốc gia, vì thế không phải là con đường đi tìm sự tồn tại, mà là con đường trở về với chính mình - con đường mà bao đời đã đi và bao đời sẽ còn bước tiếp. Đó là con đường không bắt đầu cũng không kết thúc, không đến cũng không đi, không thêm không bớt.

Đó là con đường của mười phương bậc Thánh, và là cánh cửa duy nhất của mọi thế hệ.

Niết-bàn môn - không phải là chỗ để đi đến, mà là nơi để trở về. Và khi Giáo Hội nhận ra điều ấy, mọi biến động của thế gian chỉ còn là hạt bụi nhẹ trên đôi dép người hành đạo.

Phật lịch 2569 - Dương lịch 24.11.2025

Trí-Tuệ

Bóng Hạc Lồng Lộng Giữa Trời Mây

LÃNG THANH

Thấm thoắt đã hai năm trôi qua kể từ Ôn quay gót về cõi Phật. Thời gian như thể nước lụt tràn đồng, nhấn chìm tất cả dưới dòng chảy không ngừng, cuốn trôi mọi ký ức buồn vui của kiếp người. Thời gian lại như đại địa, ngày mỗi ngày bồi thêm, chôn vùi và khỏa lấp những dấu vết dù đẹp hay xấu của nhân loại. Thời gian bôi xóa cả những yêu thương hay ghét bỏ mà con người vướng mắc ở cõi này. Dòng thời gian khắc nghiệt như thế ấy vậy mà không thể nào làm phai mờ hình bóng Ôn trong tâm tưởng tứ chúng. Trời xanh mây trắng bao la kia vẫn lồng lộng chân dung vị xuất sỹ với đôi mắt sâu sáng rỡ và nụ cười hiền từ. Không gian vô cùng tận vẫn thấp thoáng bóng hạc dù hạc đã bay qua. Tiếng hạc vẫn đồng vọng với non sông và đạo pháp.

Nhớ Ôn, lật trang thơ bất chợt thấy: "*Ngược xuôi nhớ nửa cung đàn*", tự dưng thấy Ôn như thể Từ Hải. Một trượng phu đầu đội trời chân đạp đất, khí phách ngang tàng nhưng lại rất nghệ sỹ: "*Gươm đàn nửa gánh non sông một chèo*" (Kiều - Nguyễn Du). Thơ Ôn không phải là "thơ khẩu khí" làm màu mà là tiếng lòng tinh tế của người nghệ sỹ. Xét toàn bộ hành trạng của Ôn để thấy chứ chẳng phải "tán tụng". Một bậc xuất sỹ buông xả rốt ráo như thế thì "khẩu khí" để làm gì? Nào phải chỉ anh hùng cái thế mới mới vất vả "ngược xuôi". Đời xuất sỹ như Ôn cũng vất vả ngược xuôi cả mấy mươi năm. "*Khuất thân cho trọn cuộc đời luân lưu*" nhưng Ôn chẳng thấy đấy là khổ. Toàn bộ tâm trí Ôn lo cho tiền đồ Phật pháp, lo cho giáo dục - văn hóa, lo cho vận mệnh dân tộc và quốc gia. Vị xuất sỹ mang tâm hồn nghệ sỹ ngược xuôi đường trần, ngược xuôi dòng đời. Đời dù có thế nào đi nữa cũng không thể ngăn cản được tâm hồn người nghệ sỹ ôm trọn nửa cung đàn.

Với Ôn, trước hết là một tu sỹ Phật giáo, bởi vậy cái tư tưởng, cái khí chất, cái tiết tháo vẫn là một ông tăng. Tâm hồn dù có tính nghệ sỹ cao bao nhiêu đi nữa Ôn vẫn đau đáu với cái kiếp nhân sinh, cái khổ sanh tử luân hồi. Quán trọ nào đã ngăn nẻo về? về đâu? Ai làm nên quán trọ? Chỉ mỗi một câu tám chữ "*Ai đem quán trọ mà ngăn nẻo về*" Ôn đã khái quát trọn quan niệm sanh tử luân hồi trong nhà Phật. Cuộc sống này, thế gian này, cuộc lữ này, tất cả những ràng buộc vướng mắc của đời này… là quán trọ ngăn cản nẻo về của chúng ta. Chẳng có ai làm ra quán trọ. Chính bản thân ta ngăn nẻo về của chúng ta. Chính cái tâm của ta ngăn trở ta. Nẻo về có thể hiểu là giác ngạn, là Tây Phương Tịnh Độ, là tịch tịnh niết bàn, là vô sanh vô diệt… Cuộc đời mấy mươi năm ấm lạnh với biết bao nhiêu hệ lụy ở đời chính là cái quán trọ ngăn nẻo về. Nếu chúng ta biết đấy là quán trọ thì nặng lòng mà chi, bấu víu mà chi. Nửa cung đàn ngược xuôi như anh hùng Từ Hải còn rũ bỏ thì hà huống gì cái "quán trọ" mà ta chỉ trọ tạm một thời gian. Hai câu thơ như nét vẽ phác thảo nhưng toát lên thần khí của bậc trượng phu anh hùng mang tâm hồn nghệ sỹ, lại vừa mở ra hành tung của một bậc xuất sỹ liễu đạo giữa đời.

Người đời xưng tụng Ôn là thiền sư, thi sỹ, văn sỹ, học giả, triết gia, tư tưởng gia, nhà dịch thuật, nhà văn hóa, nhà giáo dục, nhà thư pháp, nghệ sỹ dương cầm… Tất cả những danh xưng ấy đều hội tụ trong Ôn. Mấy trăm năm dễ có được một người xuất sắc như Ôn. Ôn là hiện thân của câu: "Phú quý bất năng dâm, bần tiện bất năng di, uy vũ bất năng khuất" mà các nhà Nho xưa thường nói. Trong chốn thiền lâm, Ôn là bậc long tượng, là tòng lâm thạch trụ đương thân chống đỡ sự suy thoái của đạo pháp, dựng lập lại những gì đã gãy đổ, chấn tác lại thanh quy, chèo chống con thuyền giáo hội qua giông tố bão bùng. Ôn tiến như chánh pháp, lui cũng như chánh pháp, nói như chánh pháp và im lặng cũng chánh pháp. Với vận mệnh dân tộc và quốc gia, Ôn là trung thần nghĩa sỹ, dám nói lời thật, dám xả thân vì sự tồn vong của dân tộc và quốc gia. Những tháng ngày sau nội chiến, đất nước tuy thống nhất về địa lý nhưng lòng người ly tán, nhân tâm đầy sợ sệt âu lo, cuộc sống vô cùng khốn khó, sự khủng bố rất dữ dội... Hàng vạn người ra đi tìm đường sống nhưng Ôn vẫn ở lại cùng tứ chúng. Những ngày tháng ấy thì cả tăng tục đều khốn khó trăm bề. Ôn đi khắp Vạn Giã, Lương Sơn, Trường Sơn... Dấu chân Ôn in khắp núi đồi

Sức yếu lòng đất cứng
Sinh nhai tủi nhục nhiều
Thân gầy tay cuốc nặng
Mắt lệ nóng tình yêu
(Luống cải chân đồi - Tuệ Sỹ)

Tình yêu của một vị tu sỹ tất nhiên không phải là tình trai gái thông thường mà là tình yêu thương con người, yêu thương đồng loại, yêu thương kiếp nhân sinh đầy khổ đau...

Chân đồi xanh luống cải
Đời ta xanh viễn phương
Sống chết một câu hỏi
Sinh nhai lỡ độ đường
(Luống cải chân đồi - Tuệ Sỹ)

Sống chết là chuyện lớn của kiếp người, nhưng mạng người trong cuộc nội chiến hay sau cuộc nội chiến cũng đều mong manh. Đời người vốn đã ngắn ngủi giữa hai làn hơi thở nhưng trong cái hoàn cảnh hiện thực lúc bấy giờ nó còn như một câu hỏi, biết làm sao được vì đó là cộng nghiệp của tất cả mọi người trên một dải non sông.

Yêu em dâng cả ráng chiều thu
Em đốt tìnhs yêu bằng hận thù
Cháy đỏ mùa đông ta vẫn lạnh
Giấc mơ không kín dãy song tù
(Tìm em trong giấc chiêm bao - Tuệ Sỹ)

Nếu đọc thoáng qua chắc không ít người sẽ thắc mắc: "Tại sao một tu sỹ còn tìm em trong chiêm bao?" "Em" ở đây là ẩn dụ chứ nào phải là một người con gái hay một người "em" cụ thể nào đó. Vì "tình yêu" "anh" ở lại với người, vì "tình yêu" "anh" nói lời thật, vì "tình yêu" "anh" dấn thân cho "người" nhưng "em" lại đốt tình yêu ấy bằng sự hận thù cho nên "anh" ngồi trong tù mà giấc mơ không kín được.

Cũng là "anh", từ trong ngục thất *"Ngón tay nào gõ nhịp xuống tường rêu"* (Tôi vẫn đợi - Tuệ Sỹ) mà nhìn thế sự thăng trầm, ngẫm nghĩ về tiền đồ dân tộc, về mạng mạch Phật pháp… "anh" đã

Phụng thử ngục tù phạn
Cúng dường tối thắng tôn
Thế gian trường huyết hận
Bình bát lệ vô ngôn
(thơ - Tuệ Sỹ)

Đến đây thì có lẽ rõ ràng cái "tình yêu" kia trong sáng biết bao, cao cả làm sao, vị tha biết mấy, cứ như tứ vô lượng tâm trong nhà Phật. Ôn vì "tình yêu" tứ chúng, vì "tình yêu" đạo pháp, vì "tình yêu" dân tộc và non nước này mà lên đường từ khi *"Người ở lại trong vòng tay bạo chúa"* **(Tôi vẫn đợi - Tuệ Sỹ)**

Những tháng ngày áo lam gậy trúc đạp trường sơn, Ôn độc hành ly viễn, có khi Hải Đức viện, có Thị Ngạn am, khi dọc đường thiên lý, khi trên đồi thông… Trên bước đường độc hành ly viễn đã bao lần Ôn "xuống núi" lặng lẽ một mình

Ngày mai sư xuống núi
Phố thị bước đường cùng
Sư ho trong bóng tối
Điện Phật trầm mông lung
(Hạ sơn - Tuệ Sỹ)

Vì đâu nên nỗi bước đường cùng? Vì nghiệp chung? Vì thế sự nhiễu nhương? Vì quốc độ vận suy? Chỉ còn tiếng ho trong Phật điện mà Phật điện lúc này cũng mông lung biết là bao.

Trong một bài thơ không tiêu đề. Ôn viết:
Nghìn năm trước lên núi
Nghìn năm sau xuống lầu
Hạt cải tròn co mắt
Dấu chân người ở đâu?

Khi đọc lên ta thấy cái phong vị thơ Đường của người lên lầu "niệm thiên địa chi du du/Độc sảng (thương) nhiên nhi thế hạ" nhưng không phải vậy. Cuộc trăm năm của kiếp người nhưng đã bao nghìn năm trước từng lên núi và nghìn năm sau còn mãi xuống lầu. Cuộc nhân sinh vốn như thế, tưởng chừng nghịch lý khiến hạt cải ngạc nhiên tròn con mắt nhưng với người trong đạo như Ôn thì có chi lạ đâu. Hạt cải chứa còn chứa cả núi Tu Di kia mà! Sanh tử luân hồi bất tận biết dấu chân người nơi đâu huống chi là lên núi với xuống lầu.

Cũng có những khi Ôn phảng phất bóng dáng của trích tiên

Ta đi xuống quậy trần hoàn nổi sóng
Đốt mặt trời vô hạn cô liêu

Cái cô liêu của độc hành thiên lý, sống đời ly viễn, đến đi cõi này như thể một cuộc quậy sóng chơi. Không cô liêu sao được khi mà người thế tục không hiểu đã đành, ngay cả đồng đạo pháp lữ cũng chẻ chia. Ôn dấn thân hanh hoạt vì đạo pháp, vì dân tộc chứ nào phải vì danh vọng, danh vọng hay phẩm trật với Ôn chỉ là ngói bể gạch vụn có đáng giá gì. Đại bàng, hồng hộc nơi đầu non vách núi. Cá côn, cá kình ngoài vạn dặm trùng khơi. Trong cái khoảnh khắc cô liêu của đại trượng phu cũng khác người đời, cô liêu không vì chuyện ngũ dục lục trần hay thất tình lục dục mà cô liêu vì cuộc sinh tử luân hồi này. Nỗi cô liêu hay:

Ôi nỗi buồn
Thần tiên vinh cửu
Nhớ luân hồi
Cát Bụi đỏ mắt ai
(Giấc mơ trường sơn - Tuệ Sỹ)

Dù với thân phận tu sỹ nhưng tâm hồn thơ như “nhuốm cát bụi” đời, lại vừa thanh thoát xuất siêu đến kỳ diệu chỉ có thể đọc và cảm nhận chứ không làm sao diễn tả hay nói ra được.

Với những vần thơ này ta còn có thể cảm và hiểu được chút ít, còn giả như đụng đến những trước tác hay phiên dịch đầy trí huệ như: *Tổng quan về nghiệp, Dẫn vào tuệ giác Phật...* thì hàng Phật tử sơ cơ không kham nổi. Với số lượng đầu sách rất lớn mà Ôn đã viết và dịch thuật thì hàng Phật tử sơ cơ cũng khó đọc hết chứ chưa nói đến là hiểu hết. Sức làm việc của Ôn thật phi thường, ngay cả khi thân mang trọng bệnh nhưng vẫn miệt mài ghi chép, biên soạn, phiên dịch không ngừng nghỉ trên giường bệnh. Ôn chủ trì phiên dịch Đại

Tạng Kinh là một công trình đồ sộ của Phật giáo Việt Nam. Ôn đi rồi nhưng hành trạng của Ôn vẫn in đậm trong tâm tứ chúng. Cơ nghiệp của Ôn còn mãi với Phật pháp và non nước này.

Ôn vĩ đại quá nhưng lại rất khiêm cung hòa mục. Ôn gầy gò như lau sậy nhưng bản thể tượng vương, tòng lâm thạch trụ. Ôn là ngọn đèn truyền đăng tục diệm soi sáng con đường Phật giáo Việt Nam. Những đệ tử của Ôn cũng đều là những bậc thức giả, trí giả, hiền sỹ, tu sỹ, cư sỹ... Những vị ấy ngày đêm chung sức duy trì ngọn đèn chánh pháp, gióng trống pháp, tiếp tục đi theo con đường Ôn đã dựng lập.

Ngày lễ đại tường quy tập tứ chúng về các tự viện để tưởng niệm Ôn, ôn lại hanh trạng của Ôn. Con từ xa đốt nén tâm hương tưởng nhớ Ôn. Con ngưỡng vọng Ôn. Con không dám xưng là đệ tử của Ôn vì thấy mình kém hạnh, tệ trí và trì độn, mặc dù trong thâm tâm rất muốn làm đệ tử của Ôn. Hồi Ôn còn tại thế, có lần về Sài Gòn, con muốn đến đảnh lễ Ôn nhưng cứ lừng khừng không dám đến. Con biết Ôn không có nhiều thời gian rảnh, sợ làm phiền Ôn, quanh Ôn lại có bao nhiêu tăng tục xuất sắc nên đành ngưỡng vọng từ xa. Giờ Ôn đã đi rồi, thân xác trả lại cho tứ đại nhưng tinh thần của Ôn còn mãi với thời gian. Dù không dám nhận là đệ tử của Ôn nhưng trong con vẫn cứ văng vẳng tiếng gọi "Thầy ơi!".

Ngày tháng trôi qua như nước chảy mây bay, vậy mà mỗi bận nhìn lên bầu trời xanh con lại thấy bóng dáng Ôn cười hiền hòa, đôi mắt sáng quắc tinh anh. Người đời bảo chim bay qua hư không không để lại dấu vết, ấy vậy mà Ôn đi qua thế gian này, hư không vẫn thấp thoáng bóng hạc vỗ cánh giữa thinh không.

Lãng Thanh

Ất Lăng thành, 1125

Trên núi con hạc vàng

THY AN
tiếc thương Hòa thượng Tuệ Sỹ

xuôi lòng về biển cả
mặt trời và mặt trăng
soi đại dương tâm thức
gợn sóng ánh chiều tà
ngang qua vầng mây trắng
trên núi con hạc vàng
thiền sư bên dốc lạnh
đồi hoang áo vẫn xanh
người về từ sâu thẳm
nghe rừng biển gọi thầm
thấm sâu vào nhân ảnh
lung lay nghiệp núi sông
ẩn ngữ đời xao động
chữ trong thơ nặng lòng
mấy phương trời viễn mộng
thương bài kinh thong dong

thy an

PHỤ BẢN

Giữa Hai Bờ Tư Tưởng - Khi Phật Giáo Gặp Tri Thức Tây Phương

LÔI AM

Trong suốt hơn một thế kỷ qua, kể từ ngày triết học và tôn giáo phương Tây bắt đầu tiếp xúc sâu hơn với Phật giáo, một loạt diễn giải thiếu chính xác đã hình thành, lan rộng và bám rễ vào nhiều công trình học thuật. Những công trình ấy, dù được trình bày dưới dáng vẻ uyên bác, vẫn mang một lỗi cơ bản là dùng các phạm trù của tư tưởng phương Tây để áp đặt lên Phật giáo, mà không hiểu rằng Phật giáo được hình thành từ một hệ triết học hoàn toàn khác, một nền tảng nhận thức không xoay quanh bản thể luận, không phục tùng nhị nguyên luận, và không tìm kiếm một Thượng đế tuyệt đối để đối lập với hư vô.

Đây là lý do vì sao những diễn giải sai lầm như của T.R.V. Murti - người từng xem Trung Quán của Long Thọ như một "Hegelism phương Đông"[1] - hoặc của một số triết gia hiện sinh Tây phương vốn hiểu tánh Không như "hư vô tuyệt đối", đã gây ảnh hưởng mạnh và kéo theo nhiều thế hệ học thuật hiểu sai. Ngay cả những giáo sư danh tiếng, dù mang chức danh "giáo sư Phật học", lại diễn giải Phật

---

[1] T.R.V. Murti, trong *The Central Philosophy of Buddhism* (1955), đã diễn giải Trung Quán như một dạng "Hegelism của Ấn Độ", áp đặt mô hình biện chứng Hegel–Kant lên Long Thọ và hiểu Tánh Không như "phủ định tuyệt đối". Cách đọc này bị nhiều học giả Phật học đương đại phê phán là một nỗ lực "Tây phương hóa" tư tưởng Trung Quán, làm sai lệch nền tảng duyên khởi và vô tự tính của Long Thọ.

giáo bằng khung Kant, Hegel, hoặc Sartre, thay vì tiếp cận Phật giáo từ duyên khởi và vô tự tính.

Bởi thế, khi họ đặt "bản thể" của Aristotle bên cạnh "tánh Không" của Trung Quán, hay đối chiếu "hư vô" của Heidegger với "Vô" trong Bát Nhã, sự đối chiếu ấy trở thành một sự cưỡng ép bản thể học, là một cuộc hôn phối sai lầm giữa hai nền nhận thức không tương thích.

Nghiêm trọng hơn, nhiều học giả phương Tây rơi vào ảo giác rằng họ đã hiểu Phật giáo chỉ bằng cách tìm điểm tương đồng trong ngôn ngữ khái niệm, mà không hề bước vào cấu trúc tư tưởng, truyền thống hành trì, kinh nghiệm thiền định, hay nền văn hóa - ngôn ngữ nuôi dưỡng Phật học suốt hơn hai ngàn năm.

Không lạ khi những tác phẩm như của Alan Watts[2], Stephen Batchelor[3], hay các bản diễn giải mang hơi hướng New Age đã biến Phật giáo thành triết học trị liệu tâm lý, hoặc một dạng chủ nghĩa hoài nghi duy lý—vốn hoàn toàn xa lạ với tinh thần Bát Nhã. Thậm chí, một số bản dịch và bình giải kinh Bát Nhã của Edward Conze[4], dù có giá trị quan trọng, lại vô tình tạo ra ảo giác rằng tánh Không là một dạng "mysticism" kiểu Tây phương.

Kết quả là họ viết ra những tác phẩm rất "sang trọng" trong mắt

---

[2] Alan Watts, dù có công phổ biến Phật giáo tại phương Tây, thường diễn giải đạo Phật theo hướng "New Age hóa": làm mềm yếu nền tảng giới–định–tuệ, biến tánh Không thành một dạng "vũ trụ hòa hợp toàn thể", và trình bày Phật giáo như chủ nghĩa tương đối tinh thần. Các học giả nghiêm túc như Donald Lopez Jr., Robert Sharf và David McMahan đã phê phán mạnh mẽ khuynh hướng này vì làm lệch đi chiều sâu triết học và đạo đức của truyền thống Phật giáo.

[3] Stephen Batchelor, qua *Buddhism Without Beliefs* và *Confession of a Buddhist Atheist*, chủ trương tái định nghĩa Phật giáo như một dạng hoài nghi duy lý, loại bỏ nghiệp báo và tái sinh, và trình bày Đức Phật như một triết gia kiểu Socrates. Cách tiếp cận này bị phê phán là **giảm thiểu Phật giáo** (Buddhist Reductionism), làm nghèo đi chiều sâu siêu hình và đạo đức của truyền thống.

[4] Edward Conze, dù là dịch giả và học giả quan trọng của văn hệ Bát Nhã, thường diễn giải tánh Không theo hướng huyền bí học phương Tây, gán yếu tố "mysticism" vào kinh điển Đại thừa, khiến nhiều độc giả hiểu Phật giáo như một dạng huyễn học thần bí. Các học giả thế hệ sau như Robert Sharf và Donald Lopez Jr. đã chỉ ra những giới hạn và sai lệch trong phương pháp tiếp cận này.

độc giả Tây phương, nhưng lại trống rỗng về chiều sâu Phật học. Khi nói đến "Không", họ lập tức đem so sánh với nihilism, với nothingness, với existential void, và kết luận vội vàng rằng Phật giáo là tôn giáo của hư vô. Nhận định ấy, với người không có nền tảng triết học Đông phương, nghe có vẻ hợp lý. Nhưng với người có chút hiểu biết về duyên khởi, vô ngã và diệu hữu, thì đó là một sai lầm to lớn, gần như biến Phật giáo thành đối tượng của sự hiểu lầm triết học toàn cầu[5].

Điều đáng buồn là không ít học giả Á Đông - đặc biệt trong giới nghiên cứu trẻ - lại tin tưởng tuyệt đối vào những diễn giải ấy chỉ vì chúng mang thương hiệu tri thức phương Tây, xem những công trình đó như chân lý, như "ánh sáng mới" soi tỏ tư tưởng Đông phương vốn "mơ hồ".

Tâm lý này khiến chúng ta dễ dàng xem những công trình như *Buddhism Without Beliefs* của Stephen Batchelor, hay các phân tích của một số nhóm triết học phân tích (analytic philosophy), như kim chỉ nam để hiểu tánh Không. Trong khi đó, chính các nhà Phật học uy tín như David Kalupahana, Jay Garfield, Dan Lusthaus, Robert Sharf, và Donald Lopez Jr. đã chỉ ra lỗ hổng triết học và sai lầm căn bản của những cách tiếp cận ấy.

Tâm lý sính Tây này, vốn đã tồn tại từ thời cận đại, nay càng trở nên mãnh liệt khi học thuật được toàn cầu hóa và khi tiếng nói của phương Tây vẫn giữ vai trò thống trị trong thế giới tri thức. Chúng ta không nhận ra rằng Phật giáo không phải là một hệ thống bản thể luận để có thể nhét vào phạm trù "being vs. nothingness"[6]. Phật giáo

---

[5] Một số học giả hiện đại—như Paul Williams (ở giai đoạn đầu), Nishida Kitarō, và vài tác giả trong *Cambridge Companion to Buddhist Philosophy*—từng diễn giải tánh Không như một dạng "bản thể luận hư vô", gán Long Thọ vào khuynh hướng hoài nghi cực đoan và xem Trung Quán như biện chứng phá hủy mọi khẳng định. Các học giả như Jay Garfield, David Kalupahana và Mark Siderits đã phê phán những cách hiểu này, khẳng định tánh Không không phải là hủy vô mà là vô tự tính trong duyên khởi.

[6] Nhiều triết gia Tây phương nghiên cứu Phật giáo bằng khung tư duy Hy Lạp–Kitô giáo—bản thể luận, chủ thể tính, "being vs. nothingness"—và vô tình áp đặt các cặp nhị nguyên lên một truyền thống vốn phi nhị nguyên. Cách tiếp cận này khiến Phật giáo bị biến dạng thành một loại "triết học Hy Lạp hóa", đặc biệt thấy rõ

cũng không phải là một hệ thống hiện sinh luận để giải thích bằng nỗi lo âu và sự phi lý của con người như Sartre hay Camus. Phật giáo lại càng không thể được giảng giải bằng khung khái niệm thần học, nơi "hư vô" chỉ là mặt đối lập của Thượng đế. Chính vì thiếu hiểu biết nền tảng về triết Đông, nhiều người Á Đông đạp chân lên lối diễn giải ấy, rồi quay lại giảng giải cho người phương Đông bằng giọng điệu "hàn lâm phương Tây", tự tin nhưng sai lầm.

Sai lầm lớn nhất nằm ở chỗ mình không hiểu được cơ chế tư duy của Phật giáo. Trong Phật giáo, "Vô" không phải là phủ định sự hiện hữu, giống như cách một số triết gia phương Tây mô tả hư vô. "Vô" là vô tự tính: không có một bản thể độc lập, không có cốt lõi bất biến, tất cả pháp đều duyên sinh.

Trung Quán luận không hề đưa con người vào hố thẳm nihilism như một số học giả Tây phương từng tuyên bố. Chính Long Thọ đã nói rõ *"Do nhân duyên nên các pháp sinh, cũng do nhân duyên nên các pháp diệt."* Không có chỗ nào cho hư vô cực đoan theo nghĩa Nietzsche hay Sartre mô tả. Nếu triết Tây nhìn vào hư vô và thấy sự đổ vỡ, thì Phật giáo nhìn vào tánh Không và thấy sự giải thoát.

Sự "trống rỗng" ấy không phải là hố sâu tuyệt vọng, mà là hình thái của tự do - mở đường cho trí tuệ hiển lộ. "Vô" không phải là phá hủy mọi giá trị, mà là phá chấp để thấy rõ bản chất vận hành của thực tại. Nếu triết Tây nhìn vào hư vô và thấy sự đổ vỡ, thì Phật giáo nhìn vào tánh không và thấy sự giải thoát. Một bên là vực thẳm, một bên là chân trời. Một bên đẩy con người vào khủng hoảng, một bên mở đường cho trí tuệ Bát Nhã.

Tuy nhiên, chính vì phương Tây quá quen với mô hình đối lập hữu-vô, thiện-ác, hữu thần-vô thần, nên không thể tiếp nhận cấu trúc "phi nhị nguyên" của Phật giáo. Từ đó buộc phải diễn giải Phật giáo trong mô hình của họ, giống như nhìn một bức tranh thủy mặc bằng máy quét kỹ thuật số, có thể thu được hình, nhưng mất toàn bộ khí vận.

---

trong các bài bàn về Tánh Không trong giới triết học phân tích (analytic philosophy).

Đó là lý do vì sao nhiều sinh viên Á Đông học Phật giáo tại các đại học Mỹ, Anh, Đức, Pháp... thường thuộc nằm lòng các diễn giải sai lạc này, nhưng lại chưa từng đọc Long Thọ qua truyền thống Ấn-Tạng, hay chưa từng thâm nhập tinh thần Thiền, Duy Thức qua các bản luận gốc. Bấy giờ, là học Phật giáo qua lăng kính đã bị Tây phương hóa, rồi xem nó như tiêu chuẩn "học thuật quốc tế".

Không lạ gì khi những diễn giải sai lầm ấy lại trở nên hấp dẫn đối với nhiều học giả Á Đông đang mong tìm một "ngôn ngữ sang trọng" để nói lại những điều cha ông mình đã giảng suốt ngàn năm.

Nhưng nguy hiểm không chỉ nằm ở mặt học thuật. Khi nền tri thức Á Đông bị phương Tây hóa một cách méo mó, khi Phật giáo bị ép vào khung triết học không phải của mình, thì hậu quả là con người mất dần khả năng tiếp cận Phật học nguyên bản, đánh mất căn tính triết học của chính mình.

Như Donald Lopez Jr. từng cảnh báo *"Phật giáo mà phương Tây mô tả không phải là Phật giáo, mà là hình ảnh của chính họ phản chiếu trong gương."*[7] Đây là một nhận định sâu sắc về quá trình Tây phương hóa Phật giáo, biến đạo giác ngộ thành một hệ triết học quen thuộc với mô hình tự thân của mình.

Thay vì thâm nhập tuệ giác Bát Nhã, chúng ta chỉ tiếp nhận một bản sao nhạt nhòa của tư tưởng phương Tây, bọc trong chiếc áo Đông phương cho dễ tiêu hóa. Sự sính Tây hay ngoại ấy dẫn đến một xã hội trí thức bị nền tảng, không hiểu sâu cái vốn có, lại chạy theo cái từ bên ngoài đem đến, mà cái bên ngoài ấy vốn cũng hiểu sai nguồn gốc mà họ vay mượn.

---

[7] Tinh thần phê phán việc Tây phương "tạo ra một hình ảnh Phật giáo phản chiếu chính họ" được nêu rõ trong lập luận của Donald S. Lopez Jr., đặc biệt trong *Curators of the Buddha* (1995), nơi ông chỉ ra rằng Phật giáo trong học thuật phương Tây là một cấu trúc tri thức do chính họ kiến tạo theo nhu cầu triết học và tâm linh của mình. Phiên bản diễn đạt gần nhất xuất hiện trong *Buddhism & Science* (2008): *"The Buddhism that many Westerners celebrate is not the Buddhism of Asia, but a Buddhism they have crafted to mirror their own values."* Lập luận này được củng cố trong *The Scientific Buddha* (2012) và *Prisoners of Shangri-La* (1998), khi Lopez phân tích cách phương Tây tái tạo Đức Phật và Phật giáo theo mô hình tri thức của họ.

Phê phán sự ngộ nhận của phương Tây không phải để bài bác tri thức Tây phương - vốn có giá trị lớn trong nhiều lĩnh vực - mà để nhấn mạnh rằng Phật giáo phải được hiểu từ chính chiều sâu triết học và truyền thống tâm linh. Tánh Không không phải là nihilism. Vô ngã không phải là bi quan. Duyên khởi không phải là định mệnh. Và giải thoát không phải là trốn chạy khỏi thực tại, mà là thấy rõ thực tại để không còn bị trói buộc.

Đã đến lúc giới trí thức Đông phương, dù ở biên địa nào, phải tỉnh táo hơn, học Tây bằng trí trí tuệ, không bằng mặc cảm; phải giao lưu tư tưởng bằng hiểu biết, không bằng sự cuồng nhiệt chạy theo những mô hình triết học xa lạ.

Nếu Tây phương có quyền diễn giải Phật giáo theo cách của họ, thì giới thiện tri thức Đông phương càng phải có trách nhiệm gìn giữ chiều sâu nguyên bản của đạo Phật. Học giả Á Đông không thể chỉ lặp lại lời của các giáo sư Harvard hay Oxford rồi coi đó là chân lý. Sự khiêm tốn trí thức không nằm ở việc thần tượng hóa Tây phương, mà nằm ở việc dám nhìn thẳng sai lầm của họ và kiên định với nguồn trí tuệ của chính mình.

Phật giáo không cần được cứu bằng triết học phương Tây. Ngược lại, chính thế giới hiện đại - với những khủng hoảng bản thể, đạo đức và tinh thần - đang tìm thấy nơi Phật giáo một lối mở mà triết học của họ không thể cung cấp. Nhưng để cuộc gặp gỡ ấy trở thành chân chính, Phật giáo phải được hiểu đúng, phải được trình bày từ chính nền tảng của mình, chứ không phải từ những chiếc kính méo mó mà phương Tây đeo vào.

Một nền học thuật lành mạnh không bắt đầu bằng sự sùng bái người khác, mà bắt đầu bằng việc hiểu rõ chính mình. Và muốn hiểu rõ chính mình, chúng ta cần phải quay về với nguồn tâm linh và triết học mà tổ tiên đã để lại - nơi "Vô" không phải là hư vô, nơi trống rỗng lại là sự đầy đủ, và nơi tịch nhiên ẩn chứa diệu dụng vô biên.

Phật lịch 2569 - Ngày 5 tháng 12 năm 2025

Lôi Am

ĐỊA CHỈ TOÀ SOẠN

Chủ Bút:

4333 30th St, San Diego, CA 92104

Điện thoại: 619.416.9520

Email: thichnguyensieu_thgl@yahoo.com

Thư Ký Tòa Soạn:

3119 Alta Arden Expy Sacramento, CA 95825

Điện thoại: 916.607.4066

Email:

Tâm Thường Định: phexbach@gmail.com

Nguyên Không: hopthutuankhanh@gmail.com

虛空有盡　我願無窮

www.ingramcontent.com/pod-product-compliance
Lightning Source LLC
LaVergne TN
LVHW050855051026
849532LV00006BA/2253
* 9 7 9 8 2 9 5 4 5 6 3 5 0 *